LỜI RU TÌNH MUỘN

Tình thơ

NHƯ PHONG

LAN CAO
RÓT HỒN THEO THƠ NHƯ PHONG

Đời như một dòng sông chảy và Như Phong như người chèo thuyền xuôi ngược với hành trang là túi giống hạt sầu lại gieo trên chính mảnh đất da thịt, sinh hoa buồn rệu rã, kết trái chín tương tư, một đời ru giấc tình yêu muộn màng.

Thú thực, tôi đã viết rất nhiều thơ trữ tình và đắc ý với những cảm xúc lãng mạng. Nhưng khi đọc tập thơ của Như Phong mang tên " Lời ru tình muộn". Tôi cảm thấy mình thẹn thẹn và chếnh choáng với lối ý rất lạ, chữ nghĩa rất mới của Anh. Dù tôi biết Anh đang nổi tiếng về **Thư Pháp**.

Như Phong vốn sinh trưởng ở Huế, sông Hương là một dòng thơ bất tận, tĩnh lặng thấm vào hồn bao nhiêu Thi sĩ đất Thần Kinh và chắc hẳn Anh cũng có phần thừa hưởng. Tình thơ Như Phong là ngọn nến soi, mở toang lồng ngực, cho con tim sầu muộn tương tư. Đi tìm người tình muộn, trăm năm vô vọng, mà khát vọng đã trở thành gã cuồng sĩ lang thang rệu rã phong trần.

Trên đỉnh đời gió hú
Leo lắt lửa ma trơi
Để rồi
Ôm nỗi buồn hóa đá

Hình ảnh của thiếu phụ chờ chồng trên bờ biển mặn, nhớ nhung, hy vọng để mất hút thân phận làm người mà hóa đá thiên thu.

Với Như Phong,
Anh ném vào thơ chữ tình sầu, chữ tình ấy đong đưa cả ngàn năm, mà cuộc đời mình nào đếm được thời gian ấy.

ru em lời tình muộn
trên đong đưa ngàn năm

Tình muộn là cái gì, đó là tình mộng, mà mộng thực lại khác nhau, nên:

Vòng tay ôm tuyệt vọng
Đau vết chân địa đàng

Địa đàng là nơi hoang lạc của kiếp sau, mà tác giả vẫn mang nỗi đau của từng vết chân. Vì hình như tâm hồn Anh còn quay quắt cái:

Lời tình yêu như gió
Đưa hồn ta đi hoang

Với xa xăm, với xưa cũ, hồn đã thành đá ngậm ngùi, đã thành hồn trăng phiêu tử, để trong đêm mưa tiếng khóc:

Tim ta nhỏ giọt thì thấm
Giọt tương tư cũng trầm ngâm vỡ òa

> *Tiếng lòng réo rắt hương xưa*
> *Đường trăng năm cũ cũng vừa vỡ đôi*

Lục bát như thế là hay lắm, chữ **vỡ** làm mạnh thêm cái ý, vỡ từng giọt tương tư, vỡ cả vầng trăng để lòng thấm nhớ cái hương xưa không còn nữa.

Hương xưa phải chăng là mối tình cũ hay quê hương chừ ngàn dặm xa vời.

Lối thơ ngũ ngôn, thất ngôn, lục bát và tự do, đều rất minh bạch, không pha lộn nghệ thuật, trái lại rất nghệ thuật chữ và nghĩa.

Tác giả thường dùng lối tỷ phú để so sánh làm cho ý thêm mạnh, tứ thêm sâu.

> *Em đi tìm tia nắng*
> *về sưởi ấm đôi môi*
> *ta đi tìm hạt đắng*
> *về ươm mầm tương tư...!*

Hay là

> *Em như lời kinh buồn*
> *trong tiếng chuông trầm buông*
> *Ta như người xa đời.*
> *ngồi tụng nốt câu kinh*

Như Phong từng lên sân khấu, với dáng dấp một nghệ sĩ để diễn ngâm thơ bạn hữu. Và Như Phong đã viết **Thư Pháp** những câu thơ hay để tặng anh em, phong cách rất thân ái. Nhưng tôi đã không khỏi giật mình khi đọc bài :

"say đi kiêu ngạo với đời"

> *Lão Lý si tình ôm trăng mà chết...*
> *Lão Hàn say rao bán trăng chơi*

> *Ta ngốc nghếch mời trăng uống rượu...*
> *Rượu với trăng là bạn muôn đời...*
> *Đập bỏ đi nào lầu Hoàng Hạc...*
> *Có quái gì mà ôm trăng chết...*

Quả là một Như Phong ngông, Như Phong điên và Như Phong say, dám coi khinh Lý Bạch, Thôi Hiệu, Hàn Mạc Tử và tự cho mình:

> *Lão Lý già gạt ta nói phét*
> *Hay ghen tài thơ chẳng bằng ta....!*

Ôi Như Phong, láo thế là cùng, ngông nghênh thế là cùng....!

Nhưng xét về tứ thơ thì rất thú vị.

Rồi tác giả đã tỏ ra là một thứ hiện sinh:

> *Hãy tìm về trên cánh đồng da thịt*
> *Để cho nhau cuồng nhiệt sóng yêu đương.*

Một con người như cuồng loạn với tình, đam mê với tình, tương tư với tình, một cuộc tình muộn màng khó hiểu nhưng làm bấn loạn con người cả giấc mơ lẫn hiện thực.

Không, Như Phong là một Phật tử, một người nghiên cứu Kinh Phật, nên trong thơ anh thường gói tâm thức vào lời Kinh, Anh như người hành giả đi tìm lại tiền thân của mình.....!

Một mặt của chữ tình tuyệt vọng, nhưng không chịu chấm hết mà cứ yêu khống, cứ mơ khống, cứ đi tìm cho bằng được, mặt khác anh lại yêu cả chúng sinh nhưng tình yêu vì ngộ Phật:

> *Em như lời kinh buồn*
> *Trong tiếng chuông trầm buông...*

Ta như người xa đời
ngồi tụng nốt câu kinh...
Mai thân hoàn thổ về cát bụi
tình em gởi lại chốn vô thường
và
Hôm qua ta chưa sinh
ta là ai...không biết...!
hôm nay ta được sinh
không biết ....ta là ai...!

trăm năm đời... đi mãi
đi mãi... đời trăm năm
quay về ngồi kiến tánh
thấy Phật...ngay trong Tâm
Để rồi một hôm,
Ngẩng đầu cười về chốn Phật đài...!

Xin chúc mừng Như Phong và tập thơ: " **lời ru tình muộn**"
với hy vọng sẽ làm say mê người thưởng lãm.

Cảm ý thay cho lời giới thiệu.
Lan Cao

YÊN SƠN TÂM CẢM VỚI NHƯ PHONG

Tôi quen biết với Như Phong không nhớ từ lúc nào; vì giữa chúng tôi có quá nhiều kỷ niệm trong các sinh hoạt xã hội, văn chương, kể cả quan hôn tang tế… Không biết có phải lần đầu gặp Như Phong ở nhà của anh Nguyễn Đức Nhơn không. Anh Nguyễn Đức Nhơn giới thiệu "Như Phong một nhà thơ trẻ tuổi, một nhà thư họa có tương lai, một người bạn vong niên tốt bụng cùng sinh hoạt trong thi văn đàn Trầm hương do anh phụ trách". Mời quý vị vào xem: http://hoiquantramhuong.org/

Lần gặp gỡ đó cho tôi một ấn tượng đặc biệt từ cái nhìn bề ngoài của đương sự: một gã trung niên uống rượu như hũ chìm, nói năng rổn rảng, ngang tàng nhưng đâu đó trong câu chuyện xã giao cũng có chút tình nghĩa anh em. Kiểu cách của "anh hùng Lương Sơn Bạc" Kiểu cách này cũng có vài nét "hơi quen quen". Số là hồi còn thanh xuân tôi vẫn thường nghe ở cửa miệng của những nàng con gái phẩm bình về tôi, "cái ôn nớ mới gặp lần đầu thật khó ưa, nhưng mà…" Ôi cái "nhưng mà" đã để lại trong tôi khá nhiều kỷ niệm làm thăng hoa một thời trai trẻ. Và cái "nhưng mà" của tôi đối với Như Phong là tình nghĩa bằng hữu thắm đậm dần theo năm tháng trôi qua. Trước nhất phải nói về nhà thư họa Như Phong. Như Phong chịu ảnh hưởng rất sâu đậm nét cọ và kỹ thuật Thư Họa của nhà danh họa Vũ Hối. Như Phong luôn tôn kính, tiếp đãi anh

Vũ Hối như một bậc thầy. Trong thời gian sơ giao, tôi cũng đã nhiều lần được nghe anh em khen ngợi tài Thư Họa của Như Phong nhưng mãi tới hôm – lâu lắm rồi - dự đám cưới con của một anh chị bạn chung ở Houston tôi mới thực sự thấy và biết được. Hôm đó chàng đã dùng bút lông mang theo trong mình, viết thơ của anh em lên những chiếc khăn ăn màu sắc của nhà hàng để tặng mỗi người. Nét bút chải chuốt, điêu luyện nhìn không kém tài năng của anh Vũ Hối là bao nhiêu. Và cho đến lúc này, tôi nghĩ mọi người cũng phải đồng ý là tài năng của Như Phong có thể một chín một mười với anh Vũ Hối. Anh Vũ Hối ơi! Chắc là anh rất vui và hãnh diện vì đã có người kế thừa sự nghiệp Thư Họa một đời của anh. Chúc mừng anh và chúc mừng Như Phong.

Và bây giờ thử xét qua phần thơ phú. Xin thưa trước, đây chỉ là cái nhìn phiến diện của riêng tôi. Nếu có ai đồng cảm rất quý, nếu không cũng chỉ là chuyện đương nhiên trong cuộc đời rất đáng trân trọng này. Thơ phú là những con chữ được ráp lại với nhau để diễn đạt tâm tư, ước mơ và, nguyện vọng của một người. Thơ dĩ nhiên có hay có kém nhưng tùy đối tượng, tùy thời gian, không gian; tùy tâm tình, tùy sự rung cảm của từng người đọc. Sự hay kém khác nhau cũng ở cách dùng chữ, ráp vần, tạo âm, pha màu sắc. Đọc thơ của người khác ví như mình gặp một người bạn. Người bạn này có thể thích hợp với mình nhưng không thích nghi với người khác mặc dù trong những người khác đó có bạn thân của mình. Bất cứ bộ môn văn nghệ nào cũng có cái hay cái kém, không một cá nhân nào tự cho rằng mình hoàn hảo; tỷ như sanh một đàn con, có con trai, con gái, đứa xấu đứa đẹp, đứa thành công, đứa thất bại...

Tóm lại, thơ hay là tạo ngay được sự đồng cảm với nhiều người khác khi vừa mới đọc qua; thơ kém là vần điệu bất cập, ý tưởng lủng củng, bố cục lộn xộn, âm thanh rời rạc, màu sắc pha trộn bừa bãi... Trở lại với thơ Như Phong. Như Phong làm thơ nhiều lãnh vực, từ tình cảm đến đấu tranh, từ bạn bè đến xã hội, đến cuộc sống nhân sinh. Ý tưởng của Như Phong rất dạt dào được diễn đạt qua nhiều thể loại, từ 4 chữ, 5 chữ, lục bát, song thất lục bát, 7 chữ, 8 chữ và nhiều chữ... đăng tải khắp nơi trên các phương tiện internet và Đặc San, Kỷ Yếu của nhiều văn đàn thi ca hải ngoại. Nhưng nhìn chung, chàng rất chuộng thể thơ tự do kể cả tự do ngôn từ, tư tưởng, âm vận, màu sắc. Khoảng sau này, Như Phong lại thích chen âm nhạc vào thơ. Nhiều bài thơ khi đọc lên khiến người ta muốn hát như thể cách của nhà thơ Phạm Tương Như, gọi là hát thơ. Như đã nói ở trên, đọc thơ là đọc tâm tình, nguyện vọng, cảm xúc của một người. Mời quý vị hãy vào cõi thơ của Như Phong rồi tự mình đánh giá, tự mình chiêm nghiệm. Nhưng trước và trên tất cả, xin quý độc giả mở lòng bao dung và độ lượng khi đọc thơ của một người. Đồng cảm hay không còn tùy người đọc, tùy tâm tình, tùy không gian, hoàn cảnh... Thơ Như Phong có phong thái rất Như Phong, chứa đầy những bất ngờ, ý hay, ngôn từ lạ, âm vận đôi khi như nghĩ sao viết vậy không bị gò bó, trói buộc như bao nhiêu người làm thơ khác. Và cũng theo cảm nhận của riêng tôi. Nhiều bài thơ của Như Phong đọc lên gây cảm xúc sâu đậm nhưng giữa

chừng lại cho ta cảm giác thiếu thiếu một vài câu hoặc hơi lạc âm, lạc vận một chút, mặc dù tổng thể bài thơ rất sâu lắng. Ví dụ trong bài "Một Cuộc Rong Chơi":
Cuộc rong chơi trăm năm qua rất vội những ngậm ngùi nhân thế chợt phù vân mãi lãng du giữa chốn đường trần được mất/hơn thua nhục vinh/thành bại
Nhưng chàng lại tiếp ngay:
cũng phù du sau ba vạn sáu ngàn ngày quay quắt một đời vay trả, trả vay cũng mãi quẩn quanh với sân si ái nộ đêm qua đóa Quỳnh Lan nở rộ sáng nay hoa không thấy mặt trời đến thế gian làm một cuộc rong chơi thuyền trôi dạt vào biển mê, sông ái bến giác bên kia ai người lèo lái.
Chữ nghĩa, ý tưởng của Như Phong cũng táo tợn, mạnh bạo như tính cách con người trong bài

"Nợ Em Một Cuộc Ái Ân":
Nợ em một cuộc ái ân
chăn nghiêng gối lệch
giọt trăng lạnh lùng ………………
hãy khóc đi em
cho thương nhớ ngục tù vỡ nát tim ta
ngày sẽ đến
và tình sẽ nở hoa
ta sẽ đền em vòng tay siết chặt
ta sẽ hôn em nụ hôn dài nhất
giữa thiên đàng màu nắng rực môi em
mai ta về trả nợ ái ân....!

Như Phong rất tự do khi ghép âm nhạc vào thơ... nhưng lắm khi thấy dư dư vài nốt, ví như trong bài "Những nỗi buồn đi qua":

Có một nỗi buồn miên man miên man
có một cuộc tình như mây đi hoang
có người si tình nghe đau con tim
ngồi say gục đầu giữa đêm hoang vu
một hồi kinh cầu vang lên u buồn
và em mơ hồ đi ngang qua đời
để lại muộn phiền dài đêm tương tư
Có một nỗi buồn êm như dòng sông
chảy vào lòng người mênh mông mênh mông
và cuộc tình buồn mong manh như sương
lạnh buốt linh hồn từng đêm mơ hoang
em lung linh về mắt môi huyền hoặc
gót chân lụa là ngang qua địa đàng
ta dang tay chờ vòng tay muộn màng

Tóm lại, thơ Như Phong là của Như Phong và chỉ có Như Phong mới có thẩm quyền thêm bớt, làm thăng tiến theo cung bậc riêng của mình mà độc giả chúng ta chỉ có quyền thưởng thức theo cách riêng của mình, có quyền yêu thích bài này hay bài khác. Tôi xin chia sẻ dòng giao cảm này với người thơ và xin được chia sẻ với những ai yêu mến Như Phong, yêu mến thơ Như Phong. Ngoài ra, nếu quý độc giả yêu mến Thư Họa của Vũ Hối mà tìm ngài không ra, xin quý vị tìm đến Như Phong vì chỉ có Như Phong mới đủ tư cách đại diện cho cụ Vũ Hối - một nhân tài thường tuyên bố với bạn hữu, "mỗi lần tôi ra khỏi cửa là đi một hơi cho tới 6 tháng mới về... vì có đi ba ngày vài bữa cũng bị nhằn nhện bấy nhiêu, nên làm một hơi sáu tháng cho tiện việc sổ sách... và nếu có bị nhằn thêm chút cũng chẳng hề gì. Dễ gì như cánh chim bay Một đi sáu tháng nhỡ có bị rầy cũng ráng chịu mà thôi...!

Rừng Vua Chớm Thu
Yên Sơn

NGÔN NGỮ TRÁI TIM

Ngủ ngoan đi em
dù cõi nhân gian trùng trùng bão tố
dù cho thế nhân sóng gió muộn phiền
em hãy ngủ ngoan một giấc bình yên
bởi còn có ta bên em trong từng hơi thở
mưa sẽ tan và mặt trời lên rực rỡ
như tình yêu ta mãi mãi dành cho em

" Lời Ru Tình Muộn" lời ru như tiếng lòng thổn thức, lời ru từ trái tim quay quắt với tình yêu, lời ru khản cổ giữa hồng hoang của người đi tìm trũng nước mát, mong được hồi sinh trong cơn tuyệt vọng...! ta ru em say giấc mơ đời, ta ru em ngoan hiền trên môi, ta ru em đẹp cơn mơ hạnh phúc của loài người, ta vui khi em cười, ta buồn khi em khóc, từng giọt trăng rơi trên mặt hồ tỉnh lặng, sao nghe như từng giọt nước mắt buồn rụng xuống giữa hoang phế đời nhau...!có muộn màng không em...?

Vạt nắng rơi trên tóc em, hương tóc về trong gió, bàn tay mười ngón đam mê, em đi qua đời ta nhẹ nhàng như cơn gió, tóc em thề nghiêng nắng gợi đam mê,

ta viết cho em,
ta viết cho người,
ta viết cho ta....!

thế gian nầy tình yêu là thứ tình đẹp nhất phải không em, những ngậm ngùi đi vào đời có cả những đam mê, ray rứt, tin yêu và hy vọng, những khát khao đợi chờ và những thương nhớ không tên...!

ta cám ơn em một tình yêu đến muộn
ta cám ơn đời còn đó vết đau thương
ta cám ơn ta trái tim còn rỉ máu
ta cám ơn người còn có những ghen tuông...!

Tình yêu là thế, là thứ tình đẹp nhất thế gian, cũng khổ đau nhất thế gian, nếu không sao gọi là đam mê tục lụy, sao gọi là sắc không bi lụy giữa đời thường,nếu không sao thao thức suốt canh trường...!
Em đi vào đời ta như làn mây chiều thu gió lộng, như cánh lá vàng vừa rụng xuống ngoài song, như giọt sương long lanh trên lá cỏ, ...cũng đủ làm ta rung động, rã rời trên chất

ngất yêu đương, ...tình yêu em, tình yêu loài người.. tình yêu.... ôi tình yêu...! sao ngươi về rất muộn....!

*Rượu cạn
người say
cơn mộng vỡ
yên cương, chiến mã...dư âm thôi
áo lụa, tóc thề ...vầng thơ cũ
chiều lên...lộng gió ..vọng âm xưa.!*

" Lời Ru Tình Muộn" những xót xa cuộc đời, em đã hát lên bằng lời ca hay nhất, hát cho em, hát cho ta, hát cho tình yêu, hát cho loài người còn biết yêu thương loài người.

" Lời Ru Tình Muộn" ta hát ru em :
*em đi tìm tia nắng
về sưởi ấm đôi môi*

hát ru ta:
*ta đi tìm hạt đắng
về ươm mầm đơn côi....!*

và ta hát ru người:
*ta hát ru tình người,
trên đỉnh đời hoang vu
ta hát ru thành bại,
bỗng chốc hoá phù du...!*

Rồi quay về với bản lai diện mục để được thấy:

*em như lời kinh buồn
trong tiếng chuông trầm buông
ta như người xa đời
ngồi tụng nốt câu kinh....!*

Cuộc rong chơi trăm năm, chỉ là như cơn mộng, mai xa cuộc đời nầy còn lại một lời kinh....! còn lại những xót xa trên đường về hàn sương buốt lạnh,và ngôn ngữ tình yêu lại một lần được trân trọng thốt lên như lời Tưởng Niệm" Ta Yêu Em"
Tình yêu như giọt trăng rơi trên lá, tùy duyên mà hợp, tùy duyên mà tan, không sở hữu, không chiếm đoạt, được mất đời nầy vốn dĩ vẫn là không...!
Ta mãi hát ru em, bằng lời trái tim hoàn thiện và hoàn mỹ nhất thế gian, hát ru em bằng trái tim đỏ máu yêu thương, để mai kia có về nơi trăm tuổi cũng còn chút gì để nhớ để thương phải không em...?
Và ta vẫn mãi ru em, dù tình yêu kia dẫu có muộn màng....!
*Tình nhân hỡi....!
tình hoa nở muộn
đường xa quá
về trong cát bụi
bước chân hoang ghi dấu nhọc nhằn
còn vết thương đau lấm bụi phong trần
em ngang qua đời hẹn thề trăm năm
mắt môi em buồn đợi người xa xăm*

tình nhân hỡi...!
hoàng hôn tím đọng
vầng trăng cũ
về treo khuyết lạnh
bên hiên em ngồi đợi người trăm năm
vai nghiêng tóc thề thật thà như trăng
môi em chín mềm nụ hồng thơm ngoan
cho ta ấm nồng một vòng tay ôm...!

Như một lời trần tình, tri ân các bạn đọc yêu thơ, xin cám ơn quý văn thi hữu trong hai Văn Thi Đàn ":Văn Bút Nam Hoa Kỳ" và "Hội Quán Trầm Hương" cùng một số thân hữu yêu thơ đã ưu ái khuyến khích, động viên và giúp layout, in ấn cho thi phẩm " Lời Ru Tình Muộn" ra đời. và xin cám ơn Em..."Tình Nhân"
Xin Thành Kính Tri Ân

Như Phong cẩn bút.

Một cuộc rong chơi

Cuộc rong chơi
trăm năm qua rất vội
những ngậm ngùi nhân thế chợt phù vân
mãi lãng du giữa chốn đường trần
được mất/hơn thua
nhục vinh/thành bại
cũng phù du sau ba vạn sáu ngàn ngày
quay quắt một đời vay trả, trả vay
cũng mãi quẩn quanh với sân si ái nộ
đêm qua đóa Quỳnh Lan nở rộ
sáng nay hoa không thấy mặt trời

lời ru tình muộn- thơ như phong-21

đến thế gian làm một cuộc rong chơi
thuyền trôi dạt vào biển mê, sông ái
bến giác bên kia ai người lèo lái
tiếng thét gào vang vọng giữa nhân gian
nước mắt em rơi
tình còn kia sao chợt bẽ bàng
phút chốc phù du tan trong sương khói
bỗng thấy nhọc nhằn trên bờ mi em ngoan
ánh mắt rũ buồn như rất xa xăm
cứ ngỡ đời trăm năm
giữa nhân gian làm khách

mai về nơi lòng đất
người khóc người ngàn năm
còn lại lời kinh suông
trên tháp buồn nhỏ lệ
và còn người si tình
ngồi tụng lời đam mê
đường trần gian một cõi đi về
đường tình yêu sao vẫn mãi si mê.....!

Nợ em một cuộc ái ân

Nợ em một cuộc ái ân
chăn nghiêng gối lệch không
giọt trăng lạnh lùng
lời hẹn thề trọn thủy chung
mộng xanh tan vỡ
muôn trùng chia xa
từ thuở em về xanh xao giấc mộng
ta oằn vai nặng gánh phong trần
rướm máu chân đời cõng tình đi quanh
mấy cuộc phong vân say hồn lãng tử
ta còn nợ em một cuộc ái ân
trên đỉnh đời dốc đứng
chợt thấy tình mong manh
cuộc hành trình về nơi trăm tuổi
sỏi đá chông chênh khấp khểnh đoạn trường
tình yêu em còn nặng một niềm thương
rụng bao mùa trăng lạnh
ta mấy mùa say chết gục giữa đường
đông lạnh lùng gió bấc
hạ trắng mấy mùa thương

em người tình mắt lệ sầu vương
tóc nghiêng thề bên bờ trăng lạnh
môi tím đợi chờ giữa đêm hoang
ta miệt mài lãng tử
còn nợ em mấy khúc đoạn trường
hãy hát đi em
lời ca đau thương của người cô phụ
hãy khóc đi em
cho thương nhớ ngục tù vỡ nát tim ta
ngày sẽ đến và tình sẽ nở hoa
ta sẽ đền em vòng tay siết chặt
ta sẽ hôn em nụ hôn dài nhất
giữa thiên đàng màu nắng rực môi em
mai ta về trả nợ ái ân....!

Nhân tình khúc

Vẫn là em làm hồn ta nghiêng chao
vẫn là em làm tim ta xanh xao
từng bước chân giữa đêm khuya vụn vỡ
cõi đi về rượt bắt những hư hao

xin hãy là một tình nhân liêu trai
đường phố gầy ta đi trong điên say
mặc cho đời có đi về chốn nào
vẫn là em hớp hồn ta đam mê

mai có về em ngang qua đời ta
dù nhọc nhằn và đắng cay xót xa
vẫn là em, vẫn là em muôn thuở
là nhân tình ta say đắm ngu ngơ

xin hãy về cho tình yêu nở hoa
dù muộn màng vẫn đam mê tương tư
cám ơn đời còn tình yêu loài người
cho thế gian còn điệu buồn ru em

nắng có tắt và hoàng hôn rụng xuống
đêm có sâu và vầng trăng có nghiêng
dù mong manh như những hạt sương
vẫn là em về từ ngàn năm trước

từ luân hồi em hoá thân nhập thế
ta tìm về từ cổ tích duyên xưa
đường nhân gian tình hồng vừa kết nụ
đóa tình hoa bật sống dậy vươn mầm

em vẫn mãi là tình nhân ta đợi
từ ngàn năm về nội trú trong ta
nếu mai kia trăng có đến tuổi già
em vẫn mãi là nhân tình ta nhé....!

lời ru tình muộn- thơ như phong-26

Nỗi buồn giêng hai

Có một nỗi buồn
miên man miên man
có một cuộc tình như mây đi hoang
có người si tình
nghe đau con tim
ngồi say gục đầu giữa đêm hoang vu
một hồi kinh cầu vang lên u buồn
và em mơ hồ đi ngang qua đời
để lại muộn phiền dài đêm tương tư

có một nỗi buồn
êm như dòng sông
chảy vào lòng người mênh mông mênh mông
và cuộc tình buồn mong manh như sương
lạnh buốt linh hồn từng đêm mơ hoang
em lung linh về mắt môi huyền hoặc
gót chân lụa là ngang qua địa đàng
ta dang tay chờ vòng tay muộn màng

có một nỗi buồn
như mưa giêng hai
ray rứt lòng người ngàn năm chưa phai

lời ru tình muộn- thơ như phong-27

một cuộc tình nào về trên nhân gian
sưởi ấm tình người bao năm đợi chờ
em mang nụ hồng về tươi trên môi
thịt da ươm mầm trái cấm thơm tho
cho ta si tình trăm năm đọa đày
có một nỗi buồn
trôi êm trôi êm
như làn mây chiều tím loang hoàng hôn
ta nghe thật thà đau cơn tương tư
và em muôn đời dấu yêu tình nhân
cho ta say tình ngất ngây hồn thơ
từ trăm năm về em như hoàng hôn
ta ngồi gục đầu say hương tương tư

lời ru tình muộn- thơ như phong-28

chân lãng du

Đường phố mưa đêm
giọt trăng rưng rứt
ta khách lãng du say đời cô độc
bước chân nghiêng lạnh buốt linh hồn
từ độ em về vạt nắng hoàng hôn
dấu phong trần oằn vai cát bụi
về đây nghe tuổi đời dong ruổi
cuộc rong chơi vay trả một kiếp người
lật những trang đời nghe như cổ tích
tình yêu, tình người ... bỗng như cơn mưa
nghe tiếng côn trùng khóc giữa đêm khuya
lời gió âm u thổi về từ vùng huyệt lạnh
chợt rùng mình nghe đắng bờ môi
trăm năm là giấc mộng hời
mộng chồng lên mộng nên đời trầm luân
từ em bước qua cửa luân hồi nhập thế
ta hóa thân làm kẻ tình si

đường nhân gian xuôi ngược
ta cõng tình em đi
trên đỉnh đời dốc đứng
hàn phong buốt chân trần
giữa muôn trùng cát bụi
linh hồn đã rêu xanh
về đây nằm nghe xôn xao niềm tục lụy
những khát khao hơi ấm thịt da người
sao bỗng thèm say vùi một giấc
để mơ về nơi chốn yêu em...!

Tiếng sóng vỡ

Vạt nắng mong manh
theo chân em về biển
bãi cát nằm nghe tiếng sóng rì rào
cánh hải âu sải cánh lưng trời
mây chở về một đôi tim khờ khạo
tóc em thề trên suối nguồn hư ảo
dấu chân ngoan trên những ngã đường trần
tiếng sóng gọi
tình yêu ngàn năm
hồn đá xanh rêu ngủ vùi trên bờ cát lở
dấu thời gian hằn lên nỗi nhớ
thuở dấu yêu tuổi đá cũng xanh xao
ngồi đây nghe tiếng ru của biển
giấc mơ tình yêu vỡ òa khánh kiệt
như cánh hải âu đi hoang trong ngàn trùng ly biệt
giữa hồng hoang khản tiếng gọi tìm nhau
những ái ân xưa phút chốc hóa dã tràng xe cát
em về đâu khi tắt nắng hoàng hôn
ta về đâu để sưởi ấm linh hồn
vẫn còn đây muôn thuở tình yêu em
vẫn còn đây khúc nhạc tình rất nhớ

cánh chim về lặng lẽ buổi hoàng hôn
dấu chân về trên biển cát cô đơn
trái tim thương tích từng cơn
nghe từng nỗi đau nhói lên ngọt lịm
giữa hoang vu đời thường
bước chân trần rướm máu giữa hồng hoang
đường trăm tuổi mai về nơi góc núi
giữa trăng suông ngồi tưởng niệm tình buồn.

Giấc mộng ru em

Người về mang nụ cười buồn
trên đôi môi còn ươm vết hằn
ánh mắt xanh xao niềm tuyệt vọng
vầng tóc nghiêng bay khuất nửa vầng trăng
người về mang theo cuộc tình
từng bước chân sương phụ
trên đỉnh đời chênh vênh
ta ngồi nghe tiếng nấc
giữa cõi đời mông mênh
tìm nhau
ta tìm nhau từ trong vô vọng
nghe lòng đau thương tích đã bao lần
đêm qua ngồi thức trắng
chuốc ta say rũ mềm
nhả đời theo tiếng gió
thả tình về trong giấc mộng ru em
ngủ ngoan và ngủ ngoan
nhẹ nhàng như làn gió về trên môi mềm
đam mê như cánh bướm miệt mài trên cánh hoa
liêu trai như vầng trăng ngàn năm cổ tích
bỗng nghe đời chết đứng giữa những oan khiên

nếu trên đời có tình yêu của một người điên
có lẽ là một người duy nhất
người điên sẽ nghe ra hạnh phúc
như phiến đá ngàn năm chưa hề rũ mục
nằm nghe tiếng sóng biển muôn đời ru khúc tình buồn
như người du tử miệt mài trong giấc mộng hồi hương
từng bước chân đi tìm đóa mặt trời
hái mang về cho em sưởi ấm đôi môi
mai xuống phố kiêu ngạo với đời
mai xuống thế cho nhân gian khờ khạo
tình yêu kia sẽ như huyền thoại
hóa thân em trong vũ khúc nghê thường...!

lời ru tình muộn- thơ như phong-34

Ru hồn tuổi đá

Tiếng sóng vỗ
ru hồn tuổi đá
lời tình ca trong đêm
ru chết nửa vầng trăng
trên tay lưng chừng ly rượu đắng
ánh lửa bập bùng đốt cháy bờ môi khô
một nữa đời đi qua bao phiền muộn
người còn kia sao tình chết vật vờ
tiếng gió rì rào ru nỗi buồn của lá
đêm tàn canh lành lạnh gió nghĩa trang
côn trùng khóc tình ly tan
khóc ru một linh hồn về miền tịnh thổ
khóc ru đời những bước chân hoang phế
bước nhọc nhằn trên sa mạc đêm hoang
người đi tìm một cơn mơ
người đi tìm một tình yêu đồng loại
tình yêu loài người
để nói lời yêu nhau
mai trăm tuổi có về nơi trăm tuổi
hãy chào nhau như khách lạ qua đường

tiếng nức nở của trái tim tan vỡ
giữa dương gian lạnh buốt giọt trăng suông
em đưa tay hái một nụ tình buồn
cài lên môi tưởng chừng như băng giá
đường trăng xưa rêu phong hồn tuổi đá
vẫn còn đây dấu tích một cuộc tình
nằm nghe âm vang lời tuyệt vọng
tiếng sóng thì thầm ru khúc ái ân xưa
đêm rụng xuống những hạt buồn như mưa
lành lạnh bước chân người du tử
đi về đâu khi gối mỏi chân run
em bây chừ có lẽ rất bình yên
ta ngồi giữa nhân gian nghe say hồn tuổi đá.

Bước chân trầm tích

Những bước chân trần
hành hương về miền đất hứa
bước chân rướm máu phong trần
bước chân xuống ghềnh lên thác
ta dìu nhau vượt gian khổ nghe em...!
bước chân ngàn năm hóa thành trầm tích
có bước chân ta
có bước chân em
những bước chân rong rêu tuổi đá
bước chân đi tìm dấu vết tình nhân
âm thầm giữa hoang vu sa mạc
mang trên vai nặng trĩu vết thăng trầm
ta như người du mục
đi giữa trời tăm tối không trăng
em như là thánh nữ
nơi cung khuyết cài song
ta lạc vào mê trận
giữa ngàn trùng sương băng
khản cổ gọi nhau giữa đêm nguyệt tận
cánh thiên di cô độc cuối chân trời xa xăm
còn nghe đau ngọt lịm vết thương lòng
trái tim rêu phong như nỗi buồn của đá

lời ru tình muộn- thơ như phong-37

bỗng dưng xa lạ
trên ánh mắt em
đường nhân gian sao bỗng dài thêm
dấu vết ái ân thuở nào hóa mộng
vẫn còn đây hương da thịt rũ mềm
sao đời chia hai ngã chông chênh
ta miệt mài cõng mối tình em
đi loanh quanh giữa biển đời sóng vỗ
bước chân xiêu về miền tịnh thổ
oan khiên nào đày đọa những đam mê...!

lời ru tình muộn- thơ như phong-38

Nỗi buồn đi qua

Có những nỗi buồn như mưa
lịm vào hồn đau rưng rức
có những nỗi buồn như say
như vết đau xuyên qua tim

có những nỗi buồn như mây
lãng đãng trôi về cuối trời
hoàng hôn buồn rơi tím ngắt
như cánh lá vàng rơi rơi

có những nỗi buồn như trăng
cô đơn lạnh bước chân đời
đường trần gian xa vời vợi
về nơi không vết chân người

có bài tình ca thật buồn
tưởng niệm cuộc tình ly tan
hát lên trong đêm du mục
khóc giữa đêm mưa nghĩa trang

lời ru tình muộn- thơ như phong-39

một đời trôi đi trăm năm
về đâu giữa cõi nhọc nhằn
như dòng sông trôi trôi mãi
về nơi ngàn trùng xa xăm

một người ngồi buồn trăm năm
nỗi buồn hóa đá rêu phong
ôm vầng trăng buồn vạn cổ
nghe đời như đóa quỳnh lan

có một cuộc tình phôi phai
bên song chiếc lá vàng bay
một người vừa đi vừa chết
còn vương dấu buồn trên vai.

lời ru tình muộn- thơ như phong-40

Niệm khúc buồn

Chiều tắt nắng buồn về hiu hắt
gió đưa mây về giăng mưa bay
em còn xa cách một tầm tay
sợi nhớ, sợi thương sợi buồn ray rứt

đêm qua thì thầm lời hẹn ước
cõi đi về mộng thực giữa nhân gian
tình yêu có phải là mật ngọt
hay nỗi đau giữa chốn địa đàng

nghe tình còn kia sao đời tuyệt vọng
người còn đây sao bỗng thấy mơ hồ
đường trần gian mai có còn gặp lại
còn nhớ chăng lối cũ hẹn thề xưa

hoàng hôn về lấm tấm bụi mưa
em rủ tóc hong buồn thêm nỗi nhớ
đời phong trần nên ta còn khất nợ
mai sẽ về ủ chín mộng môi em

khúc nhạc buồn dang dở trong đêm
nghe ray rứt nỗi buồn người cô phụ
em nhé bình an hiền ngoan giấc ngủ
mộng nở trên môi đẹp giấc mơ đời

mai thức dậy ta đón ánh mặt trời
ta sẽ hôn em lên vùng tóc nhớ
hạnh phúc ngập tràn qua từng hơi thở
thịt da thơm mời gọi ái ân về

vòng tay đợi chờ rực cháy đam mê
em là ái phi của lòng ta sủng ái
lâu đài tình yêu ta mời em ghé lại
hãy cùng ta đi ngạo cõi nhân gian .

lời ru tình muộn- thơ như phong-42

Ngủ ngoan đi em

Ngủ ngoan đi em
ngủ say một giấc bình thường
ngoài kia mưa rơi
mặt trời say nồng giấc ngủ
ta một mình ngồi
tụng niệm khúc kinh côi
trên đỉnh đời cô đơn buốt giá
lời kinh nghe như lời trăn trối
bước chân đi về cô độc giữa hồng hoang
đường về ngun ngút giữa cõi vô thường
bước chân nhọc nhằn của người du tử
đốt tuổi đời mình theo ngọn lửa yêu đương
ngủ ngoan đi em
đêm nay trăng về ru mộng hiền ngoan
mai thức dậy đời sẽ tươi ánh nắng
ta sẽ đưa em về
nơi chốn thật bình yên
sẽ làm thơ ca tụng tình yêu muôn thuở
sẽ viết cho em những lời đẹp nhất tình thơ
tình yêu kia ....!
lời trái tim khao khát đợi chờ

ta sẽ hôn lên ánh mắt huyền mơ
hôn lên bờ môi muôn ngàn nỗi nhớ
ngủ ngoan đi em
dù cõi nhân gian trùng trùng bão tố
dù cho thế nhân sóng gió muộn phiền
em hãy ngủ ngoan một giấc bình yên
bởi còn có ta bên em trong từng hơi thở
mưa sẽ tan và mặt trời lên rực rỡ
như tình yêu ta mãi mãi dành cho em
như đôi chim non hạnh phúc đầu hiên
hãy ngủ ngoan và quên hết muộn phiền
mai thức dậy ta đưa em về biển
đón ánh mặt trời và nghe sóng hát khúc tình mơ.

lời ru tình muộn- thơ như phong-44

Ru em một khúc tình si

Mưa giăng giăng bụi mờ
mưa làm ướt vành môi
ngồi vo tròn khói thuốc
cafe đắng hương đời
từng hạt mưa rơi
ngọt ngào từng nỗi nhớ chơi vơi
từng giọt tình len vào hồn rất nhớ
ta tìm về bên em
cho nhau vòng tay ấm
bờ môi ươm mầm sự sống
đốt lên hừng hực ngọn lửa yêu đương
trên thịt da em cháy bỏng ái ân
vỡ tan theo bước nghê thường vũ khúc
mưa vẫn rơi từng giọt buồn ngoài hiên tí tách
mưa ru tình thôi miên
một chút gì trong ta, trong em rất lạ
một chút ngậm ngùi thương nhớ rũ trong mưa
ngoài hiên có đôi chim tình tự
hạnh phúc về trên suối ngàn hoang vu

lời ru tình muộn- thơ như phong-45

mai ta đưa em về biển
ngồi ngắm mặt trời lên
tình yêu dạt dào cuộn từng con sóng vỗ
tóc em thề chảy mượt bờ vai thon
bờ môi em thơm ngọt đóa hiền ngoan
mai có về vùng trời miên viễn
vẫn còn muôn đời tiếng ca của biển
sẽ thì thầm hát khúc tưởng niệm tình yêu
hoá thân em là gió
ta hóa đá rong rêu
nằm nghe lời gió hát
trên dốc đời hoang miên
nghe tiếng mưa rơi ru tình vào cổ tích
giữa nhân gian ta hóa đá si tình...!

lời ru tình muộn- thơ như phong-46

Em về xanh màu mắt

Tiếng chân về
nghe như tiếng chân em
đã lâu rồi từ độ thuở ấy trăng lên
ta vẫn ngồi chờ em đến lúc trăng về muộn
ngồi trông bạt ngàn ánh sao đêm
không tìm thấy ngôi sao em
ngôi sao cho ta ngàn trùng nỗi nhớ
em lạc vào cõi đời...tan vỡ
nghe ngậm ngùi tiếng khóc mưa đêm
tiếng khóc lũ dế mèn
tiếc thương một cuộc tình
em mong manh như gió
về ngang qua đời ta bỡ ngỡ
cất tiếng hát ru tình loài người
giữa dòng sông đời hối hả đam mê
tiếng chân em về
từ nơi ngàn trùng thương nhớ
em về như vần thơ
ray rức hồn ta từng nhịp dại khờ

lời ru tình muộn- thơ như phong-47

em về ru vầng trăng
từng điệu sóng tình ru vơi nỗi nhớ
trăng rót trên ngực em
trên môi em
trên thịt da rờn rợn thịt da người
trên ngàn năm hóa thân em vào đời

ta ngồi ôm cuộc tình
tưởng như ngàn năm xa xôi
bước chân em về xa xăm cuối trời
em như giọt hoàng hôn bất chợt rơi
tình yêu sẽ xanh như cổ tích
xanh như màu mắt em huyền hoặc
giữa nhân gian ta đưa em đi đón ánh mặt trời

lời ru tình muộn- thơ như phong-48

Đi tìm Phật

làm sao tìm thấy phật
Phật không ở nơi Pháp
Phật không ở nơi Tăng
Phật ở chốn lục căn
Phật ở nơi phiền não

người lên non tìm đạo
người lên chùa tụng kinh
không ai đi tìm mình

lời Phật dạy không Pháp
lời Pháp dạy không Kinh
lời Phật dạy kiến tánh
phá chấp ngã vô minh

hôm qua ta chưa sinh
ta là ai ...không biết
hôm nay ta được sinh
không biết...ta là ai

trăm năm đời đi mãi
đi mãi đời trăm năm
quay về ngồi kiến tánh
thấy Phật ngay trong Tâm.

lời ru tình muộn- thơ như phong-49

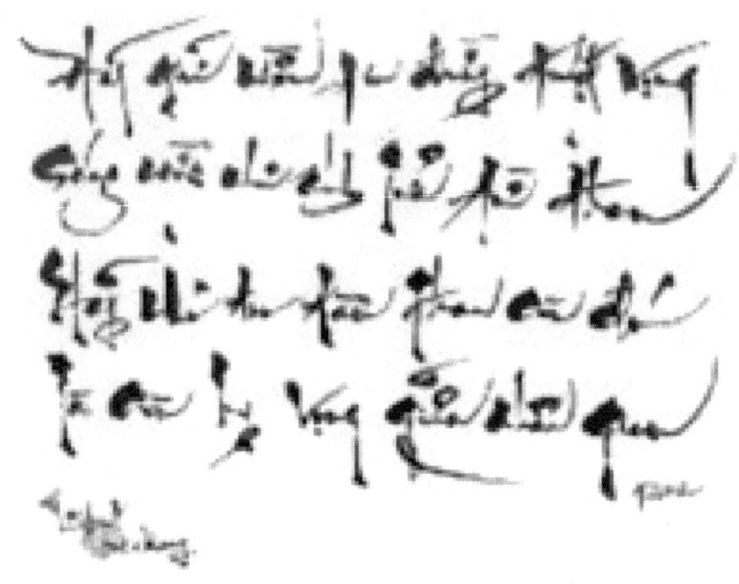

Đời bỗng xanh rêu

Một dòng sông buồn trôi ngang qua đời
mưa nắng hai mùa tìm về biển khơi
một người đi tìm hái nụ mặt trời
bàn tay gầy gò xanh xao mắt người

một cánh chim buồn lạc giữa lưng trời
tìm về cội nguồn tiếng kêu đau thương
làn mây hững hờ lang thang trôi về
trôi ngang qua đời gió mưa não nề

lời ru tình muộn- thơ như phong-50

một người đi tìm tình yêu muộn màng
đường phố bây chừ như sa mạc buồn
nghiêng một góc đời sao nghe muộn phiền
từ xa xăm về tìm chốn bình yên

một phiến lá vàng bay ngang qua đời
theo làn gió tìm về nơi vô thường
thế gian vẫn còn xôn xao tiếng người
ngoài kia vẫn còn nắng lên hồng tươi

một cuộc tình còn mãi mê rong chơi
người về có buồn theo bước chân đời
giữa cõi nhân gian có người si tình
ngàn năm ngồi chờ nghe buồn man man

lời kinh gõ đều ru đời gian nan
ngồi nghe vô thường xót xa trầm luân
mai ta giả từ cuộc chơi trần thế
về chốn xanh rêu ngủ giấc miên trường.

lời ru tình muộn- thơ như phong-51

Đêm nguyệt mộng

Hồ yên soi nguyệt lộng
trang đài dáng thiên nga
em có nghe tình động
trên địa đàng hoang sơ

ngọc ngà hương da thịt
tóc thề cài hoa trăng
em đi vào huyền mộng
trộm mất trái tim anh

em mơ hồ nguyệt lộng
đi về rất liêu trai
đêm trần gian chúc tụng
đôi nhân tình lên ngai

em về như trăng lộng
bức tranh từ thiên thai
mang theo tình vào mộng
ái ân say đời nhau

trăng ơi xin dừng lại
đừng rụng xuống vực sâu
em ơi xin ở lại
đừng làm đau lòng nhau

đêm nay hồ nguyệt lộng
ý thơ trao tình nhau
ta nghe đời say mộng
mong đời mình có nhau

Lãng đãng phù vân

Ta đi giữa chốn hồng trần
trăm năm là mộng phù vân bồng bềnh
ta như hành khất lạc đường
và em như kẻ hành hương qua đời

áo em còn đẹp tinh khôi
tâm ta còn chút bụi đời sân si
nên duyên còn những sầu bi
giữa mênh mông cõng tình đi phong trần

mà em…lãng đãng phù vân
đến đây ở trọ một lần trăm năm
dẫu tình vay trả nhọc nhằn
mà sao vẫn mãi long đong với tình

lời ru tình muộn- thơ như phong-54

ta về lật lại trang kinh
tìm về thanh tịnh độ mình, độ em
đêm qua trăng rụng trước thềm
em phai nhân ảnh chợt vừa hóa thân

sương rơi từng hạt long lanh
bỗng đâu cơn gió thiện lành ngang qua
thì ra trời đất giao mùa
cỏ cây hoa lá cũng vừa tử sinh

ngộ chưa em…chuyện tình mình…!

lời ru tình muộn- thơ như phong-55

Ru em lời tình muộn

Ru em lời tình muộn
trên đong đưa ngàn năm
ru em lời tình mộng
ngủ đi giấc nồng nàn

đôi tay nâng phiền muộn
ta vào đời gian nan
vòng tay ôm tuyệt vọng
đau vết chân địa đàng

em đi tìm tia nắng
về sưởi ấm đôi môi
ta đi tìm hạt đắng
về ươm mầm đơn côi

lời tình yêu như gió
đưa hồn ta đi hoang
tình yêu em như lá
rụng xuống vàng mê cung

lời ru tình muộn- thơ như phong-56

ru em lời tình muộn
trên suối ngàn hoang vu
ta dang tay chờ đợi
hạnh phúc nào thiên thu

em như lời kinh buồn
trong tiếng chuông trầm buông
ta như người xa đời
ngồi tụng nốt câu kinh

ngủ đi em ngủ ngoan
mộng về thật ngoan hiền
gối chăn không muộn phiền
trong mộ phần an nhiên.

lời ru tình muộn- thơ như phong-57

Ngàn năm lệ đá

Ta đưa em về núi
nghe tuổi đá rong rêu
em đưa ta về biển
nghe sóng vỗ ngậm ngùi
trăng nghiêng mình xa lạ
gọi gió về ngây thơ
tóc em nghiêng vụng dại
lạnh bờ môi hững hờ

từng điệu buồn như thơ
em ru ta vào mộng
từng giọt buồn ngu ngơ
ngồi đợi mùa xuân về
đêm nay trời nguyệt lạnh
mình gọi nhau ngồi kề
em nồng nàn hương tóc
ta lạc mất đường về

ôi! tình yêu ngàn năm
về đùa trên nhân thế
ôi! lời tình mật ngọt
chết một đời đam mê
mưa rừng hay chớp biển
gọi về đêm giao hoan
sóng ngàn năm vỗ đá
tình rong rêu ngủ yên

hôm qua em bật khóc
lệ đời hoá hạt sương
ta nằm nghe lệ đá
khóc ngàn năm tình buồn.

Vô thường khúc

Ngồi nhớ miên man sao nghe thật buồn
tình mãi chia xa nên tình vấn vương
mong manh em về mong manh như mộng
giọt hoàng hôn rơi tím đọng linh hồn

hãy hát đi em tiếng ru loài người
ru những nhọc nhằn ru lên tiếng cười
ru tan thói đời ru những phai phôi
trăm năm đi về như dòng nước trôi

mai ta bỏ đời đi vào nấm mộ
không còn muộn phiền khi xa loài người
đời vắng bóng ta đời mãi yên vui
không nghe ai khóc, đâu cần ai cười

cỏ vẫn xanh rêu trên mộ phần buồn
loài dế thâu đêm khóc hận tình đời
say giấc miên trường bỏ quên trăng trối
nghe loài côn trùng tụng khúc kinh buồn

đường về đêm nay một vầng trăng khóc
em có còn nghe khúc hát tình si
bước chân gian nan giữa đời hoang phế
tình về muộn màng nghe đau trong tim

ngồi nhớ thương nhau sao nghe thật gần
em đi vào đời cho ta nụ hồng
ái ân tìm về đôi tim thì thầm
những lời hẹn thề yêu nhau ngàn năm

tình vẫn xa xôi về trong giấc mộng
vòng tay ươm mầm thịt da nồng nàn
bờ môi đợi chờ dài đêm nguyện thề
ta mãi yêu người em hỡi tình nhân

lời ru tình muộn- thơ như phong-61

Nắng hạ hồng

Nắng hạ hồng mênh mông trải lụa
gió mơn man đón bước em về
thiên thanh màu áo xanh ước mộng
màu mắt em huyền hoặc cơn mê

em về cho nắng hôn làn tóc
cho sóng reo đùa vui gót chân
em về khao khát niềm hy vọng
nắng chợt bừng lên nụ tình hồng

đường xưa em về tươi vạt nắng
trần gian như mở hội vui say
em mang màu nắng hồng như lụa
mắt môi em mộng chín ươm đầy

ta say ánh mắt em màu biếc
thương tóc em thề như áng mây
dang tay đón tình yêu như nắng
cho thịt da bừng say ngất ngây

lời ru tình muộn- thơ như phong-62

ngày tháng đợi chờ em biết không
ta buồn như đá suốt mùa đông
và em chợt về tươi nắng hạ
và trái tim ta bỗng ấm nồng

em về hoa lá xanh màu biếc
trên cành vui hót đôi vành khuyên
vừa xây tổ ấm tình tha thiết
hạnh phúc tuyệt vời em thấy không

em chở về đây nắng hạ hồng
chở tình về giữa cõi mênh mông
ngạo chốn nhân gian vui hạnh phúc
một cõi đi về riêng sắc hồng

lời ru tình muộn- thơ như phong-63

Đưa em đi hái mặt trời

Nắng lên bên kia đồi
vui bước chân tình nhân
đôi chim non thì thầm
hạnh phúc đang trào dâng
ta đưa em về vùng trời quên lãng
vẫy tay chào giã biệt nhân gian
ta đưa nhau về vùng trời xa thẳm
nơi bình yên tựa chốn thiên đàng
có tiếng sóng ru tình ngàn năm của biển
có tiếng gió thì thầm lời hẹn thề trăm năm
có hoàng hôn tím đưa làn mây về
trên vũ khúc đam mê
đêm rũ xuống
vầng trăng huyền hoặc
cõi đi về
thương quá gót chân ngoan
vòng tay sưởi ấm đời nhau
bờ môi tìm về cội nguồn hạnh phúc
ta mời nhau một cốc hoàng hoa
ái ân nào đợi chờ...!
thịt da tan vỡ ..!
thế gian sao dại khờ...!

lời ru tình muộn- thơ như phong-64

ôi...! tình yêu ..!.tình yêu..!
một loài hoa thơm ngát hương đời
xin cám ơn tình nhân
xin cám ơn loài người
hãy quên đi dối gian, muộn phiền
hãy cho nhau dấu yêu thần tiên
ta đưa em về nơi chốn thật bình yên
đưa em xa loài người
về thiên đàng hoa cỏ xanh tươi
đưa em đi hái đóa mặt trời
về sưởi ấm tình yêu lứa đôi...!

lời ru tình muộn- thơ như phong-65

Vết tình xanh xao

Mây về trên đồi hoang
trôi lang thang thật buồn
tóc thề ngang bờ vai
em xuống phố chiều buông
gió về ru tình yêu
cho trái tim ngủ yên
mắt nào vương lệ cay
ta thương nhau thật đầy
môi hồng em còn ngoan
trên da thơm nồng nàn
đi tìm nhau ngàn năm
tình về theo vết hồng
người về ngồi ăn năn
nắng về trên đồi xa
đôi chim non thật thà
tìm về say đắm tình
hót lên lời nguyện thề
giữa địa đàng thật xinh
em đi qua đời mình
còn vòng tay vẫy chào
còn bờ môi hững hờ

còn vết tình xanh xao
ta dang tay đợi chờ
đêm hoang vu dần tàn
tình yêu sao ngỡ ngàng
đêm ngồi nghe tiếng đàn
khúc phượng hoàng mênh mang
trăng treo ngang đỉnh trời
đêm mơ say tìm về
dang tay ôm bóng hình
trao nhau một cuộc tình
thịt da khơi vết hằn
ái ân như sóng cuồng
trên suối ngàn đam mê
trên dốc đời hoang vu....!

Cuộc đời không chờ ai

Cuộc đời không chờ ai
trăm năm đi miệt mài
đường trần gian diệu vợi
tìm hoài sao lạc nhau

đêm qua ngồi diện bích
ta tìm lại đời ta
bóng dáng em qua khuất
trong khói sương mù xa

em về nơi cung khuyết
thu mờ sương lá bay
mắt em buồn như đá
lệ đời vương mắt cay

cuộc đời như làn mây
trôi lang thang miệt mài
ta về đây ngủ say
chờ em suốt kiếp này

ta yêu nhau muộn màng
ta yêu nhau nồng nàn
em về như trăng muộn
huyền hoặc chốn cung hằng

em về như tia nắng
hoàng hôn tím giăng giăng
cuộc đời như vần thơ
tình yêu thật ngu ngơ

trăm năm đời như có
trăm tuổi về tay không
ta nằm nghe buồn tênh
trăng lạnh về bên thềm

em về như cổ tích
về từ muôn ngàn năm
em về ru giấc mộng
ta lụy tình trăm năm

lời ru tình muộn- thơ như phong-69

Được mất như không

Tiếng chày kinh gõ đều
Nam Mô A đi Đà
người sinh ra đời buông tiếng khóc
và lớn lên theo duyên nghiệp trả vay
là sắc, là không
giữa cuộc chơi này
bước chân đi về giữa cõi nhân gian tục lụy
hơn thua, vinh nhục
được mất sân si
mai khoác áo về nơi trăm tuổi
ta có mang theo được những gì
hồn phách lên trời
thịt xương hóa bụi
trắng bàn tay những lợi, những danh
bỗng thấy thương cho cả chúng sanh
bởi tham sân nên đọa tam đồ khổ

Nam Mô phổ độ
được mất cũng về không
vay chi cho nghiệp nặng chất chồng
thôi hãy lui về bên gian lều cỏ
nghe gió thông reo bạn với chim muông
trả lại cho người
trả lại cho đời những cuộc vui buồn

lời ru tình muộn- thơ như phong-70

trả những sân si cho thói đời tục lụy
mai lên cánh Liên Đài
ngồi chắp tay nhắm mắt niệm A Di
lắng tai nghe lời kinh, gió Pháp
làm ông lái đò
đưa khách vượt sông mê
bờ Giác mênh mông sao thiếu bóng người về
biển Mê sóng cuồng sao đông người ngụp lặn
trăm năm đời không dài, không ngắn
là một giấc mơ trong cõi đi về
hiện hữu trần gian làm khách trọ
mai hết duyên trần đời
ta mỉm cười giả biệt nhân gian

Em mãi mãi là linh hồn ta nhé

Em mãi là linh hồn ta nhé
hãy nở tươi đẹp những nụ cười
vẫn mãi long lanh ánh mắt sáng ngời
mãi những ngọt ngào chín mộng trên môi

em vẫn mãi là nụ hồng đẹp nhất
cho ta nâng niu một đóa hoa tình
vẫn mãi là con chiên ngoan nhất
giữa thánh đường sắm lễ dâng kinh

em mộng mị như trăng về muộn
ru đời ta say khúc tình buồn
đêm thức trắng nghe lời tình tự
thịt da nào sưởi ấm môi ngoan

em vẫn mãi yêu đương cuồng nhiệt
như tiếng ru vỡ giọt mưa đêm
là ái ân rã gối chăn mềm
là bài tình ca giữa đêm trăn trở

lời ru tình muộn- thơ như phong-72

đường trần gian đêm về rất nhớ
bước chân đời lạnh buốt cô đơn
thương lắm em ơi..! cả những giận hờn
và những đam mê ái ân cuồng nhiệt

em vẫn mãi là nhân tình diễm tuyệt
là hương đời gieo mầm sống trong ta
là lời thơ vang âm điệu thiết tha
là tiếng sóng ru tình vào mộng mị

ta yêu em thật thà như nguyên thủy
trên làn môi, trên ánh mắt đam mê
yêu những xanh xao hơi thở vụng về
em vẫn mãi là linh hồn ta nhé

lời ru tình muộn- thơ như phong-73

Cõi đi về ta có nhau

Mai có lên đồi em hỏi gió
gió chuyển giùm ta lá tình thư
chiều có buồn em đi ra biển
để sóng chở đi những muộn phiền

chiều vắng em về chốn công viên
ghế đá năm xưa vẫn ngủ yên
ta chờ em từ đêm nguyệt tận
phiến lá buồn theo gió u miên

đêm có buồn em hỏi vầng trăng
hỏi bước chân ta có nhọc nhằn
trăng sẽ theo về từ cõi mộng
sẽ nói giùm ta lời ăn năn

khuya lên thánh đường em hỏi Chúa
xin Chúa thương tình yêu chúng ta
giữa chốn nhân gian tình ngăn cách
Chúa ở trên trời nghe thấy không

lời ru tình muộn- thơ như phong-74

mai có vào đời em hãy nói
có cuộc tình đẹp như dòng sông
lặng lẽ âm thầm trôi về biển
đợi gió mưa về thủy triều dâng

hãy như là cơn mưa bụi bay
cho ta đan kín mười ngón tay
sưởi ấm đời nhau trong hạnh phúc
giữa cõi đi về ta có nhau

ta sẽ mang về tia nắng ấm
sưởi lên môi em những ngọt ngào
mai có vào đời em hỏi gió
gió sẽ trả lời ta yêu nhau.

lời ru tình muộn- thơ như phong-75

Tâm khúc

Đêm
phố chìm vào giấc ngủ
ta thức trắng
ngồi đếm vết phong trần
những vết hằn sâu trong tim nhỏ máu
bước chân ta về
âm thầm từng bước nhỏ đơn côi
em như một làn mây
trôi lãng đãng cuối trời
từng giọt sương rơi
thấm vào hồn se sắt lạnh
ta đốt nhọc nhằn trên bờ môi
nhã vào đời những vần thơ trăng trối
tình yêu đến muộn màng...rất vội
vết tình sầu hóa đá chênh vênh

em vừa chợt ngủ yên
giấc ngủ hiền ngoan về như cổ tích
từng giọt trăng rơi vào rèm cho giấc ngủ em ngoan
xin cám ơn tình yêu
xin cám ơn tình em
cho ta những xôn xao mầm hy vọng
những ngọt ngào từ trái tim nóng bỏng
những ngôn từ sống dậy từ cõi giới yêu đương
đêm thức trắng ngồi nghe điệu vô thường
từ cõi hoang sơ về tiếp sức hồi sinh
trăng đêm nay về muộn
ta đêm nay buồn vương
đường trần gian đêm nay thêm dấu vết đoạn trường
căn phố nhỏ ngủ yên
ta diện bích tham thiền
những sân si còn chưa rời tục lụy
và ta còn nợ em một đoạn nhân duyên.

Đời còn tươi ánh nắng

Rồi mai ta đưa em về nơi phố nhỏ
có đôi chim ngồi tự tình trên cây
có con sông nước mát đong đầy
có vầng trăng treo ngang rất muộn

mai ta đưa em lên đồi hoa tím
hái đóa tình hoa cài lên tóc em
ngồi tựa vai nhau nghe gió hát lên
một bài tình ca ru tình vào mộng

ta đưa em về vùng trời biển rộng
nghe sóng reo vui chúc tụng tình yêu
hạnh phúc ùa về trên mắt em xinh
ta sẽ hôn em đắm say cuồng dại

ta đưa em về vùng trời ân ái
hạnh phúc ngập tràn trên những đam mê
vòng tay dại khờ môi ngoan tìm về
thịt da thơm nồng trinh nguyên con gái

lời ru tình muộn- thơ như phong-78

mai ta đưa em về miền dấu ái
ngàn hoa hé cười chúc tụng tình yêu
ta sẽ hôn lên ngọt ngào hương tóc
và sẽ yêu em như yêu lần đầu

ta sẽ mời em ly rượu hồng đào
thế gian không còn chia đôi ngăn cách
em sẽ như trăng soi đời hương sắc
đường trần hoang vu sẽ hết nhọc nhằn

ta cám ơn em ngày tháng nồng nàn
cho ta thấy đời còn tươi ánh nắng
ta cám ơn em một vòng tay ấm
cho ta thấy mình hạnh phúc trăm năm

lời ru tình muộn- thơ như phong-79

Rồi muộn phiền sẽ đi qua

Lời ca đó vang lên
chiều nay trên đỉnh đời
lời em hát vang lên
ru êm tình loài người
loài chim đó
đã từ lâu quên đi niềm vui
lang thang trên bầu trời
con sông nào còn buồn
lặng lờ âm thầm trôi
xuyên qua suối qua đồi
lần tìm về biển khơi
bài ca đó vang lên điệu ru lời tình buồn
chiều buông gió ru ngoan bờ môi em hững hờ
tình kia ngăn đôi bờ
vòng tay nào đợi chờ
tìm hơi ấm trao nhau nụ hôn còn trinh nguyên
lời kinh đó vang lên
giữa khuya lời nguyện cầu
loài hoa đó mơ xa
đêm trong vườn địa đàng

lời ru tình muộn- thơ như phong-80

tiếng chân về rộn ràng
ngày mới thái dương chợt bừng lên
hoàng hôn xuống
làn mây về xanh ngang lưng trời
dáng em ngang qua đồi
tiếng chim gọi nhau về hợp đàn
còn ta, ta còn ngồi miên man
bài ca đó
chiều nay em ca thật rộn ràng
lời ca đó vang lên niềm vui về muộn màng
vòng tay ôm nồng nàn
trao nhau bờ môi ấm
tình yêu đó
ru ta hạnh phúc bay cao ngàn năm....!

lời ru tình muộn- thơ như phong-81

Tình khúc cho riêng em

Tình nhân hỡi....!
tình hoa nở muộn
đường xa quá
về trong cát bụi
vết đi hoang ghi dấu nhọc nhằn
còn vết thương đau lấm bụi phong trần
em ngang qua đời hẹn thề trăm năm
mắt môi em buồn đợi người xa xăm

tình nhân hỡi...!
hoàng hôn tím đọng
vầng trăng cũ
về treo khuyết lạnh
bên hiên em ngồi đợi người trăm năm
vai nghiêng tóc thề thật thà như trăng
môi em chín mềm nụ hồng thơm ngoan
cho ta ấm nồng một vòng tay ôm

tình nhân hỡi...!
tình xa ngóng chờ
về đây nhé...!
chiều thu nắng vàng

lời ru tình muộn- thơ như phong-82

thiên thanh da trời màu mắt em xanh
đi ngang qua đồi hạnh phúc miên man
vòng tay ấm tình trao nhau môi ngoan
lời thơ ước thề ta trao cho em

tình nhân hỡi...!
về đây lối nầy
đường trăng sáng gầy
tình nồng trên môi
mộng đầy trên tay
hạnh phúc nào cho ta điên say
dù muộn màng nhưng nghe thơ ngây
lời tự tình ta trao cho nhau
hạnh phúc nầy riêng trao cho em.... suốt đời

lời ru tình muộn- thơ như phong-83

Tình hoa nở muộn

Một ngày qua...!
dấu đời phai trên tóc
ngoảnh lại nhìn ngày tháng cũ chông chênh
hôm qua còn hờn dỗi tình em
hôm nay nghe thói đời trắng bạc
cuộc rong chơi giữa đường trần ...ngơ ngác
được, mất, hơn thua,
ai cũng như ai
phải không em....?
còn chút tình cho nhau
nếu mai này ta bỗng dưng chết ngắt
đường trần gian còn vầng trăng lạnh buốt
theo ta đi về nơi chốn không tên
như làn gió qua rèm
như chiếc lá vàng chiều thu lãng đãng
và như lời kinh buồn
trên đỉnh tháp cô đơn
cuộc rong chơi trăm năm
dấu chân trần chai sần vết máu

lời ru tình muộn- thơ như phong-84

ta vẫn cõng tình em đi về cuối phố
ngạo nhân gian...!
dẫu có muộn màng
trên mắt em còn vương dấu lệ buồn
trên vai ta nặng trĩu vết đau thương
là nhân quả trăm năm đời vay trả
mai có về nằm trong mộ đời băng giá
còn có chút tình ta khóc cho nhau
còn có khúc kinh cầu
từng đêm vọng về trên đỉnh tháp
có áng mây hiện về hóa thân em
xin cám ơn đời còn đó một tình yêu
và còn khúc tình ca
em hát lên như lời thì thầm của biển
rất ngọt ngào hương sắc của tình yêu
và xin cám ơn em
lời thì thầm như tiếng gió ru chiều
như cánh hoa nở muộn đóa tình yêu ...!

lời ru tình muộn- thơ như phong-85

Ru em một khúc ái ân

Em ngồi
lọn tóc nghiêng bay
mắt xa xăm đợi
áng mây cuối trời
người tình
nhân ảnh mù khơi
em khe khẽ hát
khúc đời buồn tênh
đêm qua chăn chiếu hờn ghen
cho trăn trở mộng về bên kia rèm
lụa là hương tóc mơ em
vầng trăng thổn thức
rơi bên hiên buồn
lạnh lùng mười ngón tay ngoan
đi tìm hơi ấm tình buồn trăm năm
người về từ cõi xa xăm
bước chân như đã tươm hằn vết đau

lời ru tình muộn- thơ như phong-86

về đây
ngồi chuốt cung sầu
trên bờ tóc rối
nguyện cầu
ăn năn
thịt da rờn rợn hoa trăng
bờ môi khao khát
làn trăng say tình
ru em một khúc ái ân
trên vùng ngực lạnh
tháng năm đợi chờ
cho tim hòa khúc tình thơ
cho chăn chiếu vỡ bên bờ sông tương
ta say một giấc nghê thường
cho tình về chốn thiên đường riêng ta.

lời ru tình muộn- thơ như phong-87

Em không về

Em không về
trời hôm nay nắng vỡ
màu áo em bỗng xám áng mây trời
từng giọt buồn rụng xuống đọng trên môi
đêm rũ xuống nhọc nhằn từng bước nhỏ

em không về
nghe hoang vu lối ngõ
trăng đầu non rụng từng giọt xanh xao
nhớ thương em từng giọt vỡ trên tay
giữa hoang vu sao nghe hồn thấm lạnh

em không về
giọt mưa buồn hiu quạnh
mưa bụi bay rưng rức cõi hồn hoang
khói thuốc vo tròn chợt nhớ bờ môi ngoan
rượu bỏng môi đốt thời gian khờ khạo

lời ru tình muộn- thơ như phong-88

em không về
đêm tàn phai hư ảo
gối chăn buồn thao thức lạnh cô đơn
vòng tay dại khờ trống vắng giận hờn
vầng trăng buồn ngoài hiên khuyết lạnh

em không về
cõi hồn ta hiu qạnh
bước chân trần nghiêng ngã đường nhân gian
cuộc tình nầy ta dành trọn cho em
sao khốn khổ như trò chơi rượt bắt

em không về
trái tim ta lạnh ngắt
chợt nhớ, chợt thương nghe rất dại khờ
một chút giận hờn chút nhớ vu vơ
mai về nhé ...! cho tình yêu kết nụ

lời ru tình muộn- thơ như phong-89

Chân dung em

Em như thiên thần về trong giấc mộng
rủ xiêm y màu lụa thiên thanh
ngoài hiên rụng một vầng trăng lạnh
từng giọt tương tư
lệ hằn trên mi
em về xõa tóc bờ vai nhỏ
dáng ngọc
kiêu sa
ngạo với đời
ta say ngất một trời mộng mị
đêm độc hành gõ nhịp đường nhân gian
sương rơi
nguyệt lạnh
lời tình buồn trong gió thương tan
chợt rùng mình nghe trái tim hóa đá
thương nhớ về hóa kiếp thành thơ
ta yêu em
chín trái dại khờ
tình yêu gần kề ngày khánh kiệt
mai chết rồi tình sẽ hóa cơn mơ
sẽ còn mãi một vần thơ
thờ phượng em trong trái tim ngàn trùng sâu thẳm

lời ru tình muộn- thơ như phong-90

lời kinh buồn
nhang khói hóa thân em
lời kinh tìm về rẽ lối âm dương
cho ta được ôm em trong vòng tay tràn trề hơi ấm
giữa lằn ranh địa ngục và thiên đường
tình yêu sẽ muôn đời bất diệt
em hãy là một thiên thần tinh khiết
hóa thân vào nội trú ở tim ta
hãy là một bóng ma
huyền hoặc, liêu trai giữa vầng trăng mộng mị
và em ơi...! hãy là tri kỷ
uống cùng ta cho say khướt ái ân
ta dìu nhau đi kiêu ngạo giữa đường trần...!

Vạt nắng đi hoang

Vạt nắng đi hoang cho môi em nhạt
làn gió đi hoang cho tóc em buồn
cuộc tình đi hoang cho tim chờ đợi
vầng trăng thất tình bất chợt vỡ đôi

người đã đi hoang chợt về trong mộng
người ngồi trăm năm mắt buồn lay động
đêm nay trăng gầy nhỏ giọt tương tư
đêm nay nghe buồn từng giọt rưng rưng

rượu chín trên môi nghiêng vai đợi chờ
hồn đã đi hoang tìm nhau từng giờ
em đi qua đời một lần ngu ngơ
em đi qua đời một chiều mưa bay

vạt nắng đi hoang gót chân chợt buồn
bàn tay em gầy hứng giọt mưa tuôn
lòng chợt bâng khuâng cuộc tình về muộn
làn môi yêu kiều... ôi! bờ môi ngoan

còn đó trong ta cuộc tình thầm lặng
còn đó trong em mối tình lận đận
lời thơ đượm buồn trên phiến lá bay
kể lại cuộc tình như đã phôi phai

vạt nắng hôm nay về ươm hạt mầm
bài hát tương tư bỗng nhiên thì thầm
em nghiêng tóc thề bên hiên dệt mộng
người trăm năm về dưới hoàng hôn rơi

vạt nắng đi hoang về từ gió lộng
người trăm năm về vòng tay ấm lại
tình trăm năm về sưởi trái tim ngoan
người trăm năm về xoá vết tình buồn...!

lời ru tình muộn- thơ như phong-93

Từ cõi không tên

Tiếng tơ đồng
vọng trong đêm
tiếng tơ lòng
khắc khoải tình ai trên đỉnh chênh vênh
cuộc rong chơi trăm năm
người đi ngang qua đời nhau rất vội
có tiếng khóc tức tưởi trong đêm
có tiếng oán của người tình chung chờ đợi
bước chân ai về từ cõi giới không tên
hành trang chỉ còn lại trái tim buồn
trên xác thân rã mục
dấu phong trần trên ánh mắt xa xăm

đêm nguyệt tận
buốt hàn phong
cõi nhân gian buồn như sa mạc
tiếng đỗ quyên như tụng khúc kinh buồn
người có về theo khúc hát ru tình
xin đừng khóac lên màu áo lụa lung linh
hãy khóac lên mình chiếc xiêm y rực rỡ
ta sẽ uống mừng cạn hết chén thủy chung

lời ru tình muộn- thơ như phong-94

ta đã say
nằm nghe loài côn trùng khóc
có tiếng gió về ru lời tương tư khúc
em nghe không ...lời trăng trối ngàn năm
em nghe không... lời kinh buồn ăn năn
ta sẽ đi
làm cuộc rong chơi lên đỉnh đời xa xăm
ôm nỗi buồn riêng về tự tình với biển
lật từng trang đời đếm lại dấu oan khiên
mai ta chết về nơi miên viễn
còn có vầng trăng khóc một người điên.

lời ru tình muộn- thơ như phong-95

Nỗi buồn của đá

Em hỏi ta...!
dấu tích buồn trên đá
ngàn năm rồi vẫn còn đó đam mê
vẫn nằm yên nghe tiếng sóng vỗ về
vẫn rong rêu ôm nỗi buồn muôn thuở

em hỏi ta...?
sao tình hoa vẫn nở...?
trên nhọc nhằn sỏi đá cõi nhân gian
lời chia ly trên phiến lá thu vàng
và trên suối nguồn sinh ly, tử biệt

em hỏi ta..?
tình yêu ngày khánh kiệt
tim có còn thoi thóp nhịp hồi sinh
có còn chăng hơi ấm một đoạn tình
và những ái ân thét gào vỡ tung nhục thể

em hỏi ta...?
tội lỗi nào đọa đày ta nhập thế
trả vay nào cho hết nỗi oan khiên
đường trần gian sao nhiều lắm ưu phiền
trót làm người sao buồn vui hiện hữu

lời ru tình muộn- thơ như phong-96

em hỏi ta...?
tình yêu nào bất diệt
hạnh phúc nào còn vượt quá tầm tay
sao chưa về ươm chín mộng đêm nay ...?
đêm tình nhân liêu trai em hóa mộng

tình nhân ơi..! dáng em về nguyệt lộng
ta say rồi nằm chết giữa nhân gian
hóa đá thiên thu với giấc mộng vàng
hãy là gió ru ta lời tình muộn ...!

lời ru tình muộn- thơ như phong-97

Xin cảm ơn tình yêu

Đường ta về đêm nay
lạnh buốt gió heo may
đêm lung linh ru hồn buốt giá
cô đơn theo về trên từng giọt trăng suông
còn đó lời tình yêu đêm qua
còn đó lời hẹn thề cho nhau
lối xưa về đêm nao vang khúc hát
dấu chân nào bước vội giữa vườn trăng
con đường về đêm nay
sao dài như như vô tận
bước chân buồn nặng trĩu trái tim say
nghe từng cơn đau tuyệt vọng
đêm ngất ngư
đêm băng giá
lời tình buồn ru trên phiến lá
hồn chao nghiêng
nghe tình xưa hóa đá
và bỗng dưng em khóc
và bỗng dưng lòng ta đau
Chúa buồn trên thánh giá
ta người buồn nhân gian
về đâu đêm nay khi ta lạc mất chốn Thiên Đàng

lời ru tình muộn- thơ như phong-98

từ thuở em về vấn vương niềm tục lụy
ta hoá thành tình nhân mang trái tim hành khất
tháng ngày tụng niệm hóa duyên em
xin cám ơn đời còn có một cuộc tình điên
để làm sáng danh nhân thế
xin cám ơn đời còn có những vần thơ
viết lên lời ca tụng những con tim rỉ máu
và xin cám ơn tình yêu
giữa nghĩa trang buồn thắp lên ngọn nến.

.

lời ru tình muộn- thơ như phong-99

Tình khúc buồn cho em

Lời ru buồn
ru em...ru em
vào giấc ngủ hiền ngoan
lời tình buồn
ru ta...ru ta
trên đỉnh đời cô miên
đường trần gian đêm nay về diệu vợi
bước chân trần tươm máu bước độc hành
khói thuốc vo tròn
mang nỗi nhớ đi quanh
xin cám ơn em đã cho ta nỗi nhớ
xin cám ơn đời còn đó một tình yêu
đêm nguyệt tàn nghe sóng lòng vỗ nhịp
rượu mềm môi quay quắt giấc mơ hoang
tóc em sợi nhớ
mắt em say giấc mộng thường
cho tình yêu ngu ngơ
cho tương tư dại khờ
lời ru nào quay quắt những vần thơ
chợt nghe trái tim đau ngọt lịm
tình khúc buồn còn vọng mãi trong đêm
lời gió ru trăng

ru ngoan tình sỏi đá
lời hát trên môi
sao bỗng hóa nhọc nhằn
nghe như lời kinh buồn trên từng nốt ăn năn
từng cánh lá rơi
ngang qua đời rất vội
em ngang qua đời ta
huyền hoặc một khung trời...!

Ánh nến tình yêu

Nắng lên rồi
gió reo vui
thương nhớ lắm một bờ môi
hạnh phúc riêng một góc trời
nghe sóng lòng reo khúc ái ân chơi vơi
ta dìu nhau về biển
gió hát bài tình ca cho em
sóng vỗ nhịp chân em trên từng dấu chân hạnh phúc
tựa vai nhau
khe khẽ hát
khúc tình ca hay nhất của tình yêu...!
mai có về nơi ấy... xa xôi...!
còn có nhau những ngày tháng bên đời
dù có xót xa ngày tháng cũ
vẫn còn đây hương tóc..., bờ môi
ta sẽ đêm đêm ru lời tưởng niệm
tụng lời kinh buồn để được hóa thân em
vẫn còn đó hình hài xưa nguyệt lộng
trăng rủ buồn trên những xót xa đưa
tình yêu ôi...! tình yêu
đường nhân gian lạnh buốt gió giao mùa

ta dìu nhau ngang qua đời ...rất vội
bỗng nghe hồn thốt lên lời trăn trối
dấu ấn thời gian
trái tim hấp hối
vẫn lạnh lùng trôi dạt giữa nhân gian
bước chân buồn giữa đêm nguyệt tận
từng bước rơi
xào xạc giữa hồng hoang
ngồi thắp lên ánh nến...!
tưởng niệm cuộc tình buồn ...!
mai đi vào miên viễn
tình yêu hoá thành cổ tích...giữa nhân gian.!

Mưa đầu xuân

mưa rơi.....!
buồn nỗi buồn tha hương
từ thuở xa nhau lắm đoạn trường
xuân về nghe hồn đau viễn xứ
em ta hai đầu nghe nhớ thương

mưa rơi...!
tương tư riêng một góc trời
khói thuốc vo tròn thêm nỗi nhớ
nhìn em nhân ảnh rượu mềm môi
kỷ niệm về dày thêm nỗi nhớ chơi vơi

thương em phố cũ người sương phụ
nắng chiều hiu hắt tóc nghiêng che
từ thuở trăng rơi hàn sương rũ
mắt em vời vợi ngóng ai về

mưa rơi...!
khói bay rưng rức sợi tơ trời
nhân ảnh em về như cổ tích
từng giọt buồn kết sợi thành thơ
nghe hồn đau như vết thương ngàn năm dại khờ

mưa rơi....!
ngồi rủ buồn đếm từng nỗi nhớ
buồn không em...! giữa đôi bờ tây đông
nơi em ở chắc nắng về rực rỡ
nơi ta buồn nên thương nhớ mênh mông.

Nỗi buồn cổ tích

chiều rơi trên cánh lá
Én một cánh đơn côi
như em người sương phụ
xõa tóc
buông lơi
ôm nỗi buồn cổ tích
khóc vầng trăng vỡ đôi

mắt em xanh màu lá
mênh mông và xa xôi
em đang buồn tình lỡ
tình nhân...!
xa cuối trời
đoạn trường
em khóc tình pha phôi

đường nhân gian mù khơi
em đi về cuối trời
bước chân lẻ loi
hoàng hôn rơi trên tóc
lạnh buốt
làn sương rơi

em về đâu đêm nay...?
trăng khuyết lạnh bờ vai
dấu buồn trên sỏi đá
vết đau thương hằn sâu
em trở thành sương phụ
buồn rơi rơi
mưa ngâu

em về trong tuyệt vọng
đàn lỡ nhịp cung sầu
nghe trái tim rỉ máu
về đâu, tình nhân đâu...!

Bỗng xuân...!

Nơi ta ở nàng Xuân về gõ cửa
nắng cũng về trải lụa bước chân em
gió reo vui về nghịch mái tóc mềm
em bất chợt vào hồn ta bỡ ngỡ

và xuân đến trên xôn xao hoa cỏ
và nắng vàng trên áo lụa mong manh
trên môi em tươi thắm giấc mộng lành
xuân lại đến cho tình xanh hy vọng.

lời ru tình muộn- thơ như phong-108

Thương em tóc bay

Nắng lên én gọi xuân về
em đi gom gió tóc thề tung bay
xuân hồng về đậu trên vai
vàng xuân nắng lụa sưởi môi thơm nồng

em ta cách một dòng sông
đôi bờ chia cách chung dòng tương tư
cùng chia nhau chuyện buồn vui
đôi khi em cũng vu vơ giận hờn

ta đi nhặt sợi tơ trời
làm dây tình ái buộc đời chung nhau
em ơi...! giọt đắng thương vay
nên tình yêu cũng tháng ngày phôi pha

nên tình dậy sóng phong ba
ta về nghe nỗi xót xa ươm mầm
con tim vẫn gọi thì thầm
lời yêu đương tự đáy lòng riêng mang

chiều nay trời đổ mưa mau
hạt mưa xuân lại nghe sầu man man
vườn xuân hoa bướm rộn ràng
riêng ta một cõi miên man rũ buồn

vầng trăng rụng xuống ngoài hiên
ta say ôm giấc mộng hiền tương tư
em về nhân ảnh thực hư
nên tình kia cũng nghe từ xót xa

lời kinh tụng giữa ta bà
em ơi...! được mất như là sắc không
vẫn còn đây hương rượu nồng
nên tình kia vẫn đáy lòng chôn sâu...!

Em đi gom giọt nắng

Em đi gom giọt nắng
cài lên mái tóc thề
ta đi gom hạt đắng
về kết lại thành thơ

những lời tình thơ bay
về rụng trên môi gầy
những lời tình thơ say
còn đọng trên mắt cay

em chợt về như mây
giữa chiều hoàng hôn tím
ta độc hành tương tư
đi giữa hoang vu này

lời em như lời kinh
tụng lên lời phổ độ
ta nghe đời giác ngộ
nên biết tình là không

trăm năm đời lận đận
giữa nhân gian đọa đày
ngồi quay lưng nhắm mắt
sao nghe tròng mắt cay

mai trở về nguồn cội
cát bụi hóa thân này
hãy như là giọt nắng
như áng phù vân bay

em đi gom giọt nắng
về hong phiến lá rơi
trăm năm như giấc mộng
như nắng hoàng hôn phai.

Giữa chốn hồng hoang

Từ đâu lăn lóc về đây
nằm trên sỏi đá nghe đời hoang vu
đường trần vạn nẻo mịt mù
đời lăn lóc bụi ngậm ngùi trăm năm

nằm nghe tiếng gió ru trăng
từ trong vô lượng lời kinh vọng về
ngược xuôi đi giữa bến mê
bên kia bờ giác con thuyền trống không

trăm năm một chuyến sang sông
hơn thua được mất tay không trở về
trần gian là chốn đam mê
làm thân khách trọ cho đời mua vui

ngộ ra mỉm một nụ cười
trả vay cho hết một đời trả vay
bước chân trần đạp chông gai
mới hay là cuộc chơi nầy tùy duyên

em còn nhảy bước chân chim
còn sân si những muộn phiền, đam mê
em ơi...! nhất niệm quay về
từ nơi tâm thức Bồ Đề nở hoa

đài sen ao phước một tòa
quê hương là đó đường hoa an nhàn
ngược xuôi chi giữa nhân gian
thôi về diện bích cho thanh thản đời.

Đêm hoài niệm

Đêm rụng xuống
những giọt tình hóa đá
đêm hoang vu nghiêng ngả bước độc hành
ta mang theo trái tim người hành khất
mang mối tình em vất vã đi quanh

đêm vô tận
dấu chân đời sầu muộn
cuộc chơi nầy buồn lắm phải không em
từ thuở yêu nhau nghe ray rứt từng đêm
ta cứ ngỡ quàng vai nhau cho ấm

thôi em nhé
bước chân đời lận đận
ta cho nhau từng tiếng nói nụ cười
mong từng ngày ta có được niềm vui
yêu có lẽ là nụ tình đẹp nhất
yêu không phải là hơn thua được mất
mà chỉ là lời đồng điệu con tim
nên ta nghe từng rộn ràng hơi thở
nên tương tư nên quay quắt rũ mềm

đêm hoài niệm
em dáng xưa nguyệt lộng
nón nghiêng che gót nhẹ bước qua cầu
áo học trò trắng lụa điểm mưa ngâu
tóc thề bay thoảng hương em con gái
đêm nay về ta tương tư vụng dại
lời con tim thầm gọi tiếng yêu em

đêm tha hương
thao thức nhớ thương em
ta làm thơ hoài niệm thời tuổi mộng
chuốc ta say em chợt về nguyệt lộng
rũ xiêm y cho ân ái mặn nồng.....!

Bởi vì em ta làm kẻ tình si

Rượu không phải là bạn đời ta chọn
tình không phải là men làm ta say
em có lẽ là những lời trăn trối
là lời thơ, quay quắt giữa đời này

ngồi nhắm mắt mà nghe đời dậy sóng
đối diện ta mà thấy được sắc không
em hiện hữu nên lòng ta tục lụy
đường nhân gian…! ừ nhỉ rất mênh mông

ta quảy gánh đi giữa đời mạt lộ
hành trang cho đời là túi sân si
còn có tình em nặng vai phong nguyệt
dẫu cô đơn không bỏ cuộc trường hành

mai có lẽ trời sẽ bừng cơn nắng
biển sẽ xanh và sóng sẽ reo vui
em cũng thế sẽ hát lời tình tự
quàng vai nhau cho ấm cuộc rong chơi

ta muốn được cùng em về núi ẩn
ngắm sao trời và tụng nốt lần kinh
ta hóa gió ru ngàn trùng cánh lá
hoa tương tư vươn cánh hóa thân em

ta hóa đá nhìn trăng chen kẽ lá
đêm hồng hoang mộng hóa làm sa di
em muôn thuở đọa đày ta hành khất
bởi vì em ta làm kẻ tình si.

Nhớ nắng sân trường

Gốc phượng xưa
sân trường cũ
bóng thầy cô thấp thoáng lối hiên trường
có dáng em vai tóc thề ta thương
từ thuở hồn nhiên em, con gái
lén trao nhau lá thư tình vụng dại
tuổi chớm yêu rất trong trắng học trò
mộng vào đời mong dời non lấp biển
giữa muôn ngàn giấc mộng có tình em

dòng đời hưng vong trôi theo vận nước
giấc mộng vá trời tan tác thuở hoa niên
bụi phong trần phủ đầy theo năm tháng
còn đó thương hoài ánh mắt em.....!
tha hương miệt mài gót chân du tử
vẫn còn kia mộng mị bờ môi ngoan
thương nhớ miên man tà áo lụa lúc tan trường

đêm độc hành người du tử tha hương
em vẫn bên ta nhọc nhằn đời lãng tử
gió ru lời tình buồn người sương phụ
ngọn hàn phong thổi buốt dấu chân trần
ta hẹn nhau ngày hội ngộ giữa sông Ngân
ta sẽ làm Ngưu Lang, em Chức Nữ

ngược thời gian hoài niệm đời lãng tử
thương nắng xưa nhớ áo lụa sân trường
thương tóc thề bay mắt ướt vấn vương
vành nón nghiêng che đường về gió lộng
thương gốc phượng xưa ta bao lần hò hẹn
và em ơi...! nhớ quá nắng sân trường....!

Phố chiều nay

phố chiều nay
hiu hắt buồn ...vạt lụa
gió ru lời trăn trối cuối mùa đông
ngồi nhớ nhau thuở ấy nụ môi hồng
nở trên môi ngoan thuở em tròn con gái
thuở trái tim điên say tình vụng dại

phố chiều nay
trời giăng mưa bụi bay
lác đác sợi mưa ru hồn xa xăm
nhớ thương mái tóc thề
trên đường về nghiêng lối cũ
trời tha hương ta say mềm bước chân du tử
quá khứ, mộng đời… thoáng chốc hóa trăm năm

phố chiều nay
tiếng vọng âm xưa về từ quá khứ
tiếng hát buồn tưởng niệm những sân si
em trở về như người trong cổ tích
ta ngông cuồng, say khướt thảo vần thơ

phố chiều nay
từng con người ngang qua rất vội
gọi nhau đi tìm dấu vết tình nhân
tìm đam mê giữa tục lụy đường trần
ngơ ngác về đâu giữa sắc vọng hư không

phố chiều nay
có một mảnh đời ngồi yên hóa đá
một mảnh đời như quen như lạ
đang khổ đau đi hành khất trái tim mình
đi gom sầu về làm thuốc trường sinh….!

Ngậm ngùi ngồi giữa sông trăng

Ừa em
khổ…!
trái tim này
đêm …! thao thức đợi
ngày…! mòn mỏi trông
chờ nhau đã mấy sầu đông
vàng thu lá rụng
vầng trăng mơ hồ….!

ừa em
đã trót làm người
nên trăm năm
một thoáng trôi nhẹ nhàng
dẫu tình kia có muộn màng
cũng cho nhau
những nụ cười
nở hoa

ừa em
dù khuất nẻo xưa
ta đi gom nắng
cài hoa tóc thề
dẫu tình xưa lỡ hẹn thề
còn đây huyền hoặc một cơn mê tình

ừa em
đã trót hẹn thề
nên ta ôm mộng…!
đợi chờ trăm năm
ngậm ngùi ngồi giữa sông trăng
mà nghe tiếng sóng
ngàn năm ru tình

Cõi mơ hồ

Em cho ta
mượn cuộc tình
ôm vào giấc ngủ
ru tình
nồng say

em cho ta mượn bàn tay
thảo vần thơ
những tháng ngày
nhớ nhung

Em cho ta mượn
trái tim
còn thoi thóp thở
giữa nhân gian buồn
vay em
gò ngực trắng ngần
lửa nung địa ngục
lạc thần
ngủ quên

vay em
cơn mộng êm đềm
gối chăn tục lụy
mông mênh thiên đường

chao ơi !
thuật ngữ thôi miên
bàn tay năm ngón
chào
nghiêng ngả tình

vay em da thịt nguyên trinh
ta ôm vào mộng say tình nhân gian.

Ngôn ngữ tình yêu

Ngôn ngữ tình yêu
như lời kinh vô tự
như tiếng gió thì thầm khi hoàng hôn rơi
lời buồn của phiến lá vàng bay từ biệt cõi đời
là tiếng khóc của một dòng sông
âm thầm tìm về biển
là lời tự tình ray rứt của con tim

ngôn ngữ tình yêu
là những hờn ghen trên môi em
những khúc tình ca vẫn còn dang dở
là ánh mắt muộn phiền còn đọng giọt pha lê
như nỗi đau khi ước bội lời thề
như vết thương lòng còn loang vết máu

ngôn ngữ tình yêu
là những ái ân cuồng điên dậy sóng
là phiêu lưu trên cánh đồng thịt da thơm ngát
là những đêm hoang vu đếm bước cô đơn
là những cơn say rũ mềm cho linh hồn vất vưởng
những tương tư quay quắt suốt canh trường

ngôn ngữ tình yêu
buồn như lời kinh đêm
buồn như cơn mưa ngâu tháng bảy
như nỗi buồn người sương phụ ngóng tình quân
như tiếng dế mèn khóc giữa đêm khuya
nơi nghĩa trang vừa có người nằm xuống

ngôn ngữ tình yêu
là linh hồn cho loài người thờ phượng
là lời trối trăng là hơi thở cuối cùng
là chia ly, tan hợp, thủy chung
là dấu ấn hằn lên trái tim
những vết đau ngàn năm vẫn còn tươm máu

Đêm nghe hồn đi hoang

Đông lùa về gió bấc
đêm lạnh bước tha hương
dấu phôi phai chồng lên từng kẽ tóc
giữa chợ phù hoa sao nghe niềm cô đơn
trong từng hơi thở mang tình yêu em làm lẽ sống
đường trần gian sỏi đá chất chồng
mỉm cười cho thói đời
trong vũng lầy được thua vinh nhục
mang theo gì khi bỗng dưng rời bỏ cuộc chơi
gió sẽ mang hồn phách lên trời
và thịt xương trả về cát bụi…!

đêm trần gian mịt mù tục lụy
ngồi lặng thinh nghe nốt khúc kinh buồn
ta vẫn còn nợ em một đoạn nhân duyên
có lẽ còn dở dang từ kiếp trước
đêm nay muộn phiền vo tròn khói thuốc
những giận hờn vừa xót xa trên môi em
rót tràn ly những cay đắng hờn ghen

cuộc tình nào vừa dậy cơn bão nổi
ái ân xưa bỗng chốc hóa thành mây trôi
lời kinh buồn chưa giác ngộ trái tim si dại giữa trần đời

đêm muộn phiền trăn trối
đêm ru hồn đi hoang
gió giao mùa băng giá trái tim buồn
trên đỉnh đau thương ta nghe hồn buốt giá
đường trần gian đêm nay về rất lạ
thành phố sương giăng lạc loài dăm cánh lá
em có nghe lời trăn trối một cuộc tình
như tiếng lòng người sương phụ
ta nghe lòng thương tích vết xuyên tâm.

Đêm ru hồn pha phôi

Đêm huyền hoặc
sóng đời vỗ nhịp
bóng chao nghiêng tường đổ phiêu phiêu
ngoài hiên gió ru trăng lạc nhịp
đêm tàn thu se thắt ngọn hàn phong

đêm sâu thẳm
buồn về trên môi đắng
mắt quầng thâm ngồi đối diện màn đêm
cuộc chơi này nghịch lý phải không em
sao cứ mãi loanh quanh trò rượt bắt

đêm hoang vu
nghe hồn đau như cắt
rụng xuống mộng đời là máu con tim
oan trái đời nhau
ngậm hạt đắng mà nghe đời chết đứng
những nghiệt oan
tàn khốc,
thương vay

đêm phôi phai
chuyện ái ân chưa tàn sao bỏ cuộc
em bỏ lại đây những vết tích hờn nghen
rượu chưa cạn mà sao nghe môi đắng
hành trang buồn gói trọn những pha phôi

đêm vỡ tung em từng giọt nước mắt
về đâu em giữa hoang phế đời thường
rời cuộc chơi sao không lời giã biệt
mà trái tim đau tê tái vỡ òa
trái tim khô cằn vết máu
vết đau nầy ta xin cám ơn em.

Kinh tình yêu

Kinh tình yêu vốn là kinh vô tự
ta và em ngồi tụng giữa nhân gian
đã trăm năm sân si chưa giác ngộ
nên kiếp này còn cách biệt ly tan

ta ngược xuôi giữa biển đời hư ảo
cõng tình em vượt suối với băng ngàn
đường trần gian lắm nắng mưa dông bão
có tình em sưởi ấm giấc chiêm bao

ta vẫn mãi tụng lời kinh vô tự
phổ độ em và phổ độ tình mình
biệt ly sinh phiền não
thất tình nên nghe đau
giữa chợ đời ta ngồi ngất ngây say

sao em nỡ thốt lên lời tuyệt vọng
khi trái tim còn dậy sóng gọi tình
cho linh hồn lạc lõng cõi âm binh
lạc mất đường về đau hồn lãng khách

đêm tàn thu bước độc hành lạnh ngắt
gọi tên em trên từng bước cô đơn
đường phố sương giăng bỗng thấy dài thêm
mà dáng em sao nhạt nhòa nhân ảnh

tiếng gió ru lời kinh buồn vang vọng
như lời con tim đang réo gọi nhau về
em nghe chăng đó lời kinh vô tự
lời kinh buồn ta tụng suốt trăm năm.

Mưa buồn

Đường về cách núi ngăn sông
bước chân du tử giữa dông bão đời
đêm hoang bến vắng đơn côi
mà đời lãng khách vẫn trôi bồng bềnh

đêm nay sóng cuộn mưa nghềnh
bước chân du tử phong trần cô đơn
đường về còn quá xa xăm
còn em nhân ảnh trở trăng đêm dài

dòng sông dậy sóng kêu gào
lòng ta dậy sóng dạt dào nhớ thương
đêm nay chớp giật mưa tuôn
ta chưa về được đừng buồn nha em

thuyền tình trôi dạt lênh đênh
giữa mênh mông, giữa chông chênh giòng đời
ta còn lạc giữa trùng khơi
em còn thao thức đêm dài chờ mong

đêm chớp giật đau hồn lữ khách
bước tha hương đời lắm phong vân
quê hương đó sao không về được
bến sông xưa thương bóng tình nhân…!

Đêm thầm gọi tên nhau

Đêm giao mùa
lác đác hoa tuyết rơi
đông phong lạnh buốt một góc đời
đêm mênh mông trắng xóa
đêm ngất ngưởng đơn côi
đường về sắt se thêm nỗi nhớ
tiếng nhạn lạc đàn gọi tìm nhau
ta thì thầm gọi tên em
ngôn ngữ của trái tim
đã từ lâu lạnh lùng rêu phong hóa đá

đêm giao mùa
nghe tiếng rên của lá
lìa thế gian đi vào cõi hư vô
lời biệt ly vang lên trong tuyệt vọng
xót xa buồn như tình ta ly tan
như lời em vừa giận hờn đêm qua
như tiếng tí tách rơi ngoài hiên
từng hạt mưa tan vỡ
ta đối diện đêm ngồi nghe máu chảy ngược về tim

đêm giao mùa
vời vợi em cuối trời thương hận
cách núi ngăn sông vầng trăng chia đôi
gió bấc về lạnh bầm tím vành môi
phong trần phủ kín dấu pha phôi
trong trái tim em
bỗng dưng ta hóa thành một tên hề khờ khạo
ôm bình bát đi quanh làm người hành khất
đường nhân gian dài bước chân cô độc
ôm tình em sưởi ấm trái tim buồn.

Một ngày ta bên em

Nếu có một ngày ta bên nhau
sẽ mang cho em tình yêu đẹp nhất
như chiều tím hoàng hôn
như nắng xuân vàng nâng tà áo lụa
em sẽ là cánh hoa đẹp nhất trên đời
nở trong tim ta nồng nàn hương sắc
sẽ là bản tình ca mỗi ngày ta hát
đưa tình yêu lên ngôi

nếu một ngày ta bên nhau
sẽ đưa em đi kiêu ngạo với đời
cho nhân thế hờn ghen
cho cỏ hoa gục đầu cúi mặt
cho ánh trăng buồn về len lén bên song
sẽ gọi gió về đùa vui mái tóc
và gọi nắng về sưởi ấm làn môi em

nếu một ngày ta bên nhau
sẽ không còn buồn lê dấu chân hoang
không còn nhớ thương phôi phai màu tóc
em sẽ không còn nhạt môi rối tóc
sẽ điểm trang em lộng lẫy nét phi tần
ta sẽ làm thơ ca tụng em, tình nhân
ta sẽ gục say trên suối nguồn ân ái

nếu một ngày ta bên nhau
ta sẽ đưa em vào biển tình hạnh phúc
em sẽ là cánh hoa vô ưu
nở trên môi ngoan mà ngạo với nhân gian
ta sẽ đưa em về chốn địa đàng
nghe tiếng chim ca lên tình khúc
có gió ru trăng giữa hoang sơ thoát tục
và sẽ suốt đời thờ phượng tình yêu em.

lời ru tình muộn- thơ như phong-140

Nếu mai ta xa em

Mai âm thầm lìa đời
ta đi vào mộ huyệt
mang tình em sưởi ấm giấc cô miên
ta chết đi sẽ giải thoát ưu phiền
giữa nhân gian si tình
ta hóa thành hồn ma điên dại
mang về em lời trăn trối
ta hoá thành cơn gió
từng đêm về thì thầm lời yêu em
cũng sẽ là giọt trăng
len vào rèm hôn lên làn tóc
cũng sẽ là phiến lá
mang về em những lá tình thư
gởi về em nụ hôn nồng nàn lên môi
ta hoá thành nốt nhạc
trỗi lên khúc tình ca lãng mạn nhất thế gian
và sẽ nói lời yêu em

bước tango cuồng điên
dìu nhau đi cho tình yêu dậy sóng
đêm sẽ hoang vu dài như vô tận
tình sẽ ngất say trên vụng dại ái ân
trên thịt da em rờn rợn hồn ma quái
em sẽ hóa thân là nữ ma diên dại
hồn phách đi hoang trên sa mạc tình buồn
lửa yêu đương đốt cháy trái tim ngoan
ta như con chiên vừa lạc mất linh hồn
chúa sẽ không bắt tội
khi chúng mình yêu nhau
giữa nhân gian tình là những nỗi thương đau
khi giữa vườn địa đàng em dâng trái cấm
cám ơn em tình yêu
đã cho ta trọn vẹn kiếp hoá thân….!

Sao tình vội chia ly

Nơi ta ở mùa thu tàn rất vội
gió giao mùa vừa tiễn phiến lá bay
bỗng nghe đời xót xa niềm ly biệt
tàn thu rồi tình cũng lạnh lùng say

cánh nhạn lẻ loi giữa trời buốt giá
bạt cánh thiên di trên đỉnh đông phong
giữa hoang vu còn nghe lời réo gọi
lời tình đau như tiếng gió gọi hồn

em cũng đã vừa thoáng mờ nhân ảnh
còn lại đây ray rứt nỗi cô đơn
bước độc hành đêm nay về giá buốt
phố mù sương lạnh chết cả linh hồn

nơi ta ở tàn thu rồi, rất vội
em có còn nghe gió hát ru trăng
nơi em ở chắc vẫn còn đang nắng
ấm lòng không, hay đã gió đông về

ta nơi này ngồi nghe mùa gió bấc
tương tư người chín rục đêm hoang vu
hồn ta say theo từng cơn gió buốt
khúc tình ca vừa chết giữa đêm thu

tàn đêm rồi ta ngồi vo khói thuốc
rót mời em cốc rượu tiễn nhau đi
lời thì thầm con tim nghe buông buốt
tàn thu rồi…! tình cũng đã biệt ly.

Tên em mùa ly biệt

Vàng nắng mong manh
vàng thêm nỗi nhớ
heo may về lành lạnh bước đơn côi
em mang tên mùa Thu
mùa ly tan thổn thức mãi bên đời
vàng lá rơi
buồn lung linh rụng xuống ngàn khơi
đường trần gian lạnh buốt
một mảnh hồn vừa rụng xuống tan hoang
một mảnh tình vừa hoá gió lang thang
ta chợt nghe hồn mình hóa đá
giữa ngàn trùng hoang vu
tình nhân ơi!
em mang tên mùa Thu
mùa chia ly với vô vàn sầu muộn
nên tình yêu cũng hóa gió vô thường

còn đây một nỗi buồn
rong rêu hồn sỏi đá
đêm nay về đường trần gian bỗng lạ
tình ly tan buồn như lời kinh đêm
ta cúi đầu tưởng niệm… tương tư em…!

Còn gì cho nhau

Ta còn gì cho nhau không em
ngoài những triền miên nỗi nhớ
dư âm buồn mong manh hơi thở
dĩ vãng về làm rỉ máu con tim

có còn gì cho nhau không em
ngoài những lời thơ cuồng điên tiếc nhớ
đâu rồi ái ân xưa trong giấc mộng nồng nàn
bài tình ca đêm nào còn hát khúc dở dang

những ngọt ngào nào trên môi em
những thẹn thùng ngày xưa chưa quen
ly rượu tình chưa tan hơi men
còn đó giọt trăng khuya lung linh qua rèm

còn lại lời trối trăng cho nhau
từng sợi buồn rụng xuống đêm sâu
từng cơn say ngất ngây muộn sầu
tình chết rồi…! hồn nghe nát tan.

ngọc ngà xưa trên môi em ngoan
thịt da nào còn thơm gối chăn
bàn tay nào rung lên phím đàn
khúc tình ca gọi đam mê về say truy hoan

em có về đường trăng năm xưa
hoa có còn hờn ghen không em
ta bây giờ từng đêm cô đơn
bước chân đời máu loang con tim

tình còn nồng sao đau ly tan
ta còn gì cho nhau không em
từng đêm về nghe đau trong tim
tình chết rồi…! hồn ta đi hoang

Trên đỉnh cô đơn

Em đi giữa xanh xao đời
hát lên lời tình buồn muôn thuở
ta ngồi giữa chợ đời
bụi phong trần phủ lấp bóng xanh xao
em mang theo một nỗi buồn hư hao
trũng sâu lòng mắt
đường nhân gian đêm hoang vu lạnh ngắt
ta mang nặng tình em
tiếng cú kêu vỡ nát màn đêm
lời con tim si tình bật khóc
có tiếng gió mang về lời thương khúc
có nỗi buồn người sương phụ cô đơn
có phiến lá bay ngang qua trần gian rất vội
không kịp nói lời giã biệt trần gian
như tình yêu ly tan
và như dáng em vụt qua đời nhân ảnh

đêm hoang vu
cho loài côn trùng
rủ nhau về khóc thương phận mình
ta nghe mắt cay cho một cuộc tình
từng bước độc hành đi trong tuyệt vọng
nghe trái tim nhói đau cơn hấp hối
trái tim vỡ nát
trái tim đơn côi
trái tim đợi chờ
tình nhân ơi….!
ngày tìm nhau thật rất xa xôi
em có còn hát lời tình buồn nhân thế
sao vẫn hát khúc tình ca dang dở
ngày tháng đợi chờ lạnh buốt đỉnh cô đơn ...!

Đêm rượt bắt hư không

Đêm thức trắng
ngõ đời sao hoang vắng
đường trần gian sỏi đá cũng rong rêu
ta lãng tử bước chân đời đã mỏi
đêm mù khơi ngồi hóa đá ven đường
em chợt về giữa cơn mơ huyền hoặc
ta vươn tay chộp bắt bóng hư không

đêm trắng xóa một màu tang trắng xóa
người với người phút chốc hóa hư vô
gió giao mùa ru buồn hồn phiến lá
xanh xao gầy trên đỉnh gió cô đơn
còn nỗi nhớ nào thoi thóp từng cơn
đêm hoang vu nghe hồn quyên réo gọi

bước chân hoang lạc loài riêng nỗi nhớ
lạnh nhân gian mù mịt cõi đi về
cuộc tình sầu tương tư dài lê thê
ta trú thân giữa trần đời oan nghiệt
thờ phượng em một tình yêu bất diệt
trái tim ta vừa quấn mảnh tang buồn

đêm sâu thẳm ngồi nhớ em rất nhớ
gọi hồn nhau rờn rợn tiếng vô hồn
bước chân nghiêng nghe trái tim thổ huyết
tình yêu nào bất chợt hóa cơn điên
đi về đâu giữa đêm tàn oan nghiệt
hơi thở xanh xao giữa cõi u miên.

Dấu ấn tình yêu

Có cánh gió chở hồn ta qua đó
có phiến lá mang tình thư em đến
có hạt sương long lanh như giọt lệ
khóc tình mình ướt đẫm vũng trời sầu

tiếng mưa đêm ru canh tàn lạnh buốt
tiếng gối chăn trằn trọc thức thâu đêm
em bỗng về từ trăm năm hoang dại
đóng khố đi quanh khắp chốn địa đàng

lời tình ca vang lên trên đỉnh đời dốc đứng
làn môi em hoang vu trên ngàn năm băng giá
giữa trần gian sao thiếu vết chân người
em nghe không có tiếng rên của đá

lời đá ăn năn
lời đá trối trăng
lời đá rong rêu ru tình tuyệt vọng
lời ru ngàn đời khóc tình yêu ly tan
ta độc hành mang trái tim hành khất
những giọt máu vỡ tung trên suối nguồn em
món quà đức chúa trời ban cho nhân thế

lời ru tình muộn- thơ như phong-152

đêm ma quái bắt hồn ta khờ dại
em bắt hồn ta mãi mãi khó quay về
thịt da em huyền hoặc những đam mê
cho trái tim ta suốt đời mang dấu ấn

vẽ chân dung em giữa đêm dài vô tận
rờn rợn bàn tay rượt bắt một linh hồn
tình yêu là trò chơi cho trái tim rướm máu
ta như người chết hóa oan hồn đi giữa nhân gian

Trên đỉnh sầu đau

Ngày hôm nay cũng như hôm qua
thêm những yêu đương chồng lên nỗi nhớ
vẫn những bước chân
âm thầm
vụn vỡ
giữa vườn trăng
vẫn đôi mắt em ngàn trùng sâu thẳm
một nỗi buồn trăm năm
còn đó khuyết một vầng trăng
rơi trên vùng ngực lạnh
còn đó một vần thơ
ru em lời tình mộng
và còn lời kinh buồn
của người hành khất giữa đêm trăng
ta đi hóa duyên em
lời tương tư vọng về từ đỉnh gió
về trên giấc ngủ nồng nàn
mộng em lõa thể hóa thân
mưa đêm xôn xao lời động tình của lá
sóng lòng khơi nỗi buồn cô đơn chăn gối
từ trăm năm về dài giấc ngủ chiêm bao

ta lạc mất đời nhau
nên tìm về kiếp sau
tình đau trên đỉnh sầu
khản tiếng gọi tìm nhau
câu chuyện tình buồn vừa mới đọc đêm qua
trên từng trang tuyệt vọng
nghe như lời kinh buồn
vọng về từ xa xăm
có tiếng gió ru lời buồn của lá
xanh xao tình ta hóa đá đợi chờ nhau.

Ngàn trùng tìm nhau

Khi nỗi nhớ vo tròn trên nỗi nhớ
là lúc trái tim lạnh buốt đơn côi
em có biết đêm nay
đường trần gian lạnh ngắt
ta độc hành
ngất ngưởng
một mình say
thành phố hoang vu
giăng giăng mưa bụi
gió giao mùa lành lạnh
le lói ánh đèn ma quái
ta nghiêng một góc đời
cõng tình
có tình em lãng đãng mong manh
trên đỉnh đời gió hú
leo lắt lửa ma trơi
ngọn lửa cháy lên từ trái tim côi
chập chờn trò chơi rượt bắt
ta và em giữa sân đời huyền hoặc
mộng thực đôi bờ

đôi mắt em rũ buồn muôn thuở
ta điên say giữa dòng sông đời
ôm nỗi buồn hóa đá
rong rêu nằm đợi chờ nhau
lời thơ tình gởi gió
gió mang tình yêu về cho ray rứt lòng nhau
em lung linh nhân ảnh
em như thực như mơ
tóc cài vầng trăng khuyết
môi chín trái tình thơ
ta lội ngược dốc đời vai mang nỗi nhớ
nhớ thương này ta chỉ tặng riêng em
có tiếng côn trùng khóc thương tri kỷ
bước ngàn trùng ta đi tìm dấu chân em….!

Lời hát trong đêm

Đêm nay trăng về muộn
ngồi tựa màn đêm đốt thuốc chờ thời
từng hạt sương lạnh lùng rơi
hồn phách chơi vơi
mong manh như cánh gió
cám ơn em cho ta lạc thú của một nỗi buồn
của vết thương âm thầm rướm máu
của dòng lệ khóc cho đời tang thương
có tiếng khóc của lũ dế mèn rả rích
khóc thương đời u tịch
năm canh mộ suốt đêm trường
có con bướm đêm
lao mình vào bóng đèn đường cầu chết
mong được hóa thân về chốn thiên đường
có phải nơi đó những khổ đau trần gian chấm hết
ta đang sống giữa nhân gian
sống để yêu em
dù tình yêu ấy về trong giấc mộng từng đêm
sống để khổ đau
như người nhân gian suốt đời đau khổ
lời kinh buồn không thâm sâu lời phổ độ
nên sân si còn chín mọng bờ môi em

lời ru tình muộn- thơ như phong-158

nên ta còn say khướt
trên vùng ngực da thơm
nên ta còn tục lụy
những đam mê trần truồng
như vầng trăng treo muộn
thèm thuồng đóa quỳnh đêm
ta đang sống để yêu em
cho dù tình yêu đang khô dần suối máu
máu của con tim đang thổn thức nguồn cơn
mai có âm thầm đi vào huyệt mộ
ngủ yên một giấc cô đơn
vẫn còn đó tình em
hát ru ta những lời ca mộng mị

Lời kinh khổ

Lời kinh buồn
ru đời đau thiên cổ
lời ru tình
trái tim khô òa vỡ
ta đi giữa trũng đời hoang phế
phiến lá vàng rơi nức nở cuộc chia ly
trên tay còn cốc rượu
ta say rồi chưa muốn tiễn em đi
lời thơ buồn trên đá
ghi lại cuộc tình si
vầng trăng len vào lá
lạnh buốt cánh thiên di
trên mắt em long lanh lời tuyệt vọng
đêm hoang vu nặng lắm bước phong trần
dìu nhau về nơi khốn khổ
ta nói lời yêu nhau
từng giọt máu loan bầm trong lồng ngực
sân si nào còn hy vọng vươn mầm

gió chở về lời thì thầm của lá
gió mang về giữa đêm tiếng khóc đỗ quyên
ta mở cửa trái tim cho em vào nội trú
định hôm nào lên núi ẩn cư
đôi bờ mộng thực
ước vọng nghiêng chao
lời kinh không giác ngộ trái tim buồn
lời thơ còn chúc tụng những yêu đương
bàn tay vươn dài thêm nỗi nhớ
hồn phách đi hoang mang dấu vết thâm bầm
em vẫn mãi là bóng ma hoang dại
đến dương gian
hớp hồn ta ngu dại đến vô cùng
ta từng bước mang tình em vào huyệt mộ
giọt tương tư bỗng hóa kiếp thành thơ

Cám ơn em tình nhân

Trong miên man nỗi nhớ
ta mong một ngày về
về bên em
vào một ngày nắng ấm
có em trong vòng tay
có bờ môi hâm nóng
cho tình yêu cuộn sóng trên vùng ngực căng tròn
trên thịt da em sởn gai hoan lạc
cho hơi thở em thơm ngát cuộc ái ân

trong rưng rức nhớ thương
nhân ảnh em về từng đêm mộng mị
như liêu trai
như chuyện tình nàng Bethsy *
làm tình cùng vua Setty thứ nhất**
sau ba ngàn năm cuồng điên yêu nhau
yêu nàng thánh nữ giữa nhân gian

trong cuồng điên khi bể tình dậy sóng
ta bỗng biến thành quân vương
và phong em làm ái phi mà ta muôn đời sủng ái
sẽ cùng em về nơi lâu đài tình ái
giữa ngự hoa viên
ta sẽ làm cho em những bài thơ hay nhất
ca tụng tình yêu em
nhan sắc em
và những ái ân cho nguyệt thẹn hoa thèm

và em sẽ hát cho ta nghe
lời tình ca hay nhất thế gian này
cám ơn em còn đó những mê say
còn đó những nồng nàn ái ân cháy bỏng
ta sẽ tôn thờ vĩnh viễn một tình yêu…!

*(Tìm đọc ba ngàn năm một kiếp luân hồi)
**(Chuyện tình vua Ai Cập và nàng thánh nữ)

Khi vần thơ khóc

Còn đó đôi mắt em
rũ nét buồn vạn cổ
còn đây trái tim ngàn năm hóa đá
rong rêu nằm yên nghe sóng vỗ
và lời hát em vang lên trong đêm
mê cuồng mà cô đơn
còn đây những oan khiên
kêu gào từ cõi hồng hoang
như tiếng gọi từ trái tim hấp hối
tiếng nhạn lạc bầy
lạnh buốt giữa sương đêm
lạc lõng - cô đơn
heo may gió núi
âm thầm tóc rũ bên thềm
những giọt tình buồn
không vơi tan nỗi nhớ
tan vỡ trên mắt em

và còn đây
đốm lửa trong tim thắp sáng lời thơ trăn trối
trên đôi mắt em ngàn trùng sâu thẳm
trên vùng ngực em mê đắm gọi mời
cuộc tình buồn đưa linh hồn vào cơn mê lộ
yêu thương ngập lòng sao nghe đắng bờ môi
đường trần gian vạn nẻo
sao thiếu ánh mặt trời
có tiếng thét gào vang lên từ huyệt mộ
từng giọt pha lê vỡ òa đau thương
phải không em
bàn tay không nắm được yêu đương
trái tim âm thầm vỡ
và những xót xa đời
khi thì thầm lời gọi vọng tiếng tình nhân
em trong tay sao vẫn thấy xa xăm

Mộng thực đôi bờ
Cho QC

Đường trần gian đêm nay giăng mưa bụi
phố hoang vu còn lại bước độc hành
bỗng mơ hồ như giấc mộng trăm năm
được mất gì giữa buồn tênh hư ảo

tình yêu xưa là dư âm réo gọi
khói thuốc bay còn lại những hao gầy
đó là em của ngày tháng mơ say
là ray rứt cho hồn nghiêng bóng đổ

đường trần gian nhọc nhằn đôi mắt cuội
bởi si mê tàn úa một linh hồn
cám ơn đời còn đó những nguồn cơn
và còn có em giận hờn tươm vết máu

đêm nhọc nhằn buồn về không thấy đáy
chuốc say mềm cho mộng thấy yêu đương
ta lăn lóc giữa cuồng điên đợi chết
em mong manh, ta tụng khúc kinh buồn

đường trần gian tìm đâu tầng địa ngục
đi loanh quanh khản cổ gọi tìm nhau
nên chết đứng giữa điên, mê, mộng, thực
tiếng cú kêu như khúc nhạc cầm canh

trăm năm đời là những bước loanh quanh
là trả vay trên ngàn trùng môi mắt
là cuồng điên giữa xiêm y huyền hoặc
thôi cũng đành…vì còn đó là em…!

Cuộc tình phiêu lưu

Đêm thác nguồn vỡ tung
đêm hoang tàn nỗi nhớ
ta say rồi nằm say giấc cô đơn
trong nỗi buồn đau như kẻ tha hương mất nước
rất nhớ em
như nỗi nhớ quê hương
nghe bước chân âm thầm rướm máu
trái tim ta đã cho em nội trú tự bao giờ
vành môi bán nguyệt
vùng mắt hoang sơ
luân lưu chảy theo dòng thơ miên viễn
trong cô đơn mang dấu vết đoạn trường
tình yêu chưa tuyệt vọng
sao nhang khói phiêu linh
đêm bán dạ
nghe tiếng khóc đỗ quyên
chập chờn ánh lửa âm dương
như mắt em trũng buồn giữa đêm nguyệt tận
gọi tên em
như tiếng nhạn lạc đàn

giữa màn đêm u linh vô tận
ta đang phiêu lưu trên hoang tàn sầu muộn
như gã si tình hành khất trái tim em
có nỗi buồn như người tù chung thân
đang chết đứng giữa đôi bờ mộng thực
phải không em
còn ngăn cách một dòng sông
hãy tìm về trên cánh đồng da thịt
hãy cho nhau cuồng nhiệt khúc vô thường
cho thịt da tan vỡ mộng yêu đương...!

Khóc mùa trăng vỡ

Về đây nhé cho mắt thôi màu nhớ
đường quanh co chiều nhạt nắng hoàng hôn
về đây nhé cho hồn hoang sưởi ấm
đêm hoang vu em lạc lõng linh hồn

về đây nhé tàn thu giăng mưa bụi
lá vàng bay em nghe mùa ly tan
đêm nguyệt lạnh khóc mùa trăng tan vỡ
đêm đợi chờ sâu thẳm một màn đêm

vẫn còn đây âm vang lời yêu em
trên đỉnh yêu đương cô đơn nguyệt lộng
đường trăng xưa dấu hờn ghen vết đọng
bàn tay nào thổn thức thịt da thơm

về đây nhé dáng em chao bóng nguyệt
đời chênh vênh nghiêng chiếc bóng muộn phiền
lời tình xưa đã muôn đời hóa thạch
và con tim thờ phượng bóng hình em

chút khói nhang vương cay tròng mắt đỏ
gọi tên em òa vỡ giọt tinh khôi
đêm mê cuồng trong mênh mông nỗi nhớ
còn si mê nào khi tình gọi tên em

về đây nhé đêm tàn quên quá khứ
vũng ngực trần hừng hực lửa đam mê
ấm đời nhau trên trùng trùng hơi thở
thịt da tan bừng cháy lửa ma tình

Yêu thầm

To Linda

Đêm vẫn thở
những làn hơi quỳnh muộn
bờ môi em vẫn chín mộng đợi chờ
có phải lòng em dậy sóng vu vơ
trên oan nghiệt thầm yêu, trộm nhớ
trong vườn tình em
xôn xao hoa nở
lạnh vầng trăng
sao nhịp tim em nóng bỏng đợi chờ
ta người lãng tử ngu ngơ
bỗng chốc trở thành quân vương muôn thuở
và em là ái phi trong cung mộng huyền mơ
ái ân nào cho đẹp giấc ngủ hờ
trên thịt da em chảy tan vụn vỡ
đường trần gian đêm nay về rất nhớ
trên môi em còn đó một vần thơ
một cánh hoa nở muộn

giữa đêm sâu đợi chờ
đỏan khúc nào vừa lướt nhẹ phím tơ
trên hoang vu em
cơn sóng tình cuồng xoay luân vũ
em bỗng chốc trở về nguyên thủy
giữa cỏ hoa địa đàng
ta khoác long bào lên ngai hoàng thượng
em ái phi được sủng ái nhất trần gian
cám ơn em
còn đó lời thầm yêu rất nhớ
còn đó tình yêu rất nồng nàn
rất điên say cho đẹp cõi nhân gian

Lời thơ ngấn lệ

Mưa bụi bay
tóc em còn rũ buồn
mắt em ngấn lệ sầu tuông
tình nghiệt ngã trên vành môi em lạnh
tóc nghiêng thề sương phụ ngóng tình quân
vành trăng khuyết len vào rèm cổ tích
gió mang về lời ray rứt tiếng đỗ quyên
đêm rụng xuống
em như ánh sao băng
ta bàng hoàng
rượt bắt
đêm hoang vu
ta lạc mất bóng tình nhân
đêm vật vờ trầm mình trong tình mộng
cách một tầm tay
sao xa vời như ngàn trùng biển rộng
như miên man lạc vào trận mê hồn
em yêu ta như mưa về trên lá

ta yêu em như ong bướm yêu hoa
sao vẫn say mềm nỗi buồn của đá
máu chảy ngược dòng
nghe đau buốt con tim
em về từ ngàn dặm
ta canh cánh thâu đêm
bến sông xưa vẫy tay trong tuyệt vọng
ta quay về ươm giấc mộng tương tư
lời thơ say tiễn em về cung khuyết
đêm nay giao mùa lành lạnh bước phiêu du
chiếc lá cuối cùng cũng vừa rụng chết
như tình mình rượt bắt mãi thiên thu…!

Phía ấy một giấc mơ

Em có một giấc mơ
nhỏ nhoi nhưng rất đẹp
được nói lời thì thầm
được tựa vào vai anh
và em khóc
giọt nước mắt trong như pha lê
vỡ òa tan chảy xuống vai anh
chảy vào tim anh hoà tan với máu
dòng máu hiền ngoan chảy khắp châu thân
tình yêu em nồng nàn xuyên qua từng tế bào da thịt
làn môi em hồng
như cánh hoa bừng lên sức sống
vào buổi sáng mùa xuân
ta cũng yêu em
chúng mình yêu nhau
ta dìu linh hồn em về vùng đất xa xăm
tìm chia nhau trái cấm
có đôi chim hiền làm chứng tình yêu

có mảnh trăng suông
về điểm trang trên suối tóc em thề
và gió về hát lên tình khúc đam mê
ta trở về nguyên thủy đốt ánh lửa sân si
đi tìm lá cây đóng khố
giữa hoang vu hoa cỏ cũng động tình
ta yêu em - em yêu ta
và chúng mình yêu nhau
trên trần truồng thân thể
mặt trời lên
lũ chim muôn cũng tìm về
chúc tụng một bài ca…!

Như cơn mê

Xin cám ơn một ngày thật đẹp
cho ta đã yêu em
xin cám ơn màn đêm
cho ta cuồng điên trong suối nguồn tội lỗi
cho trái tim thốt lên lời trăn trối
trước khi lìa đời còn phúc phận ái ân
ta cám ơn vầng trăng
rọi xuống trần gian nghiêng chao dáng ngọc
cho ta say giấc mộng đời
trên môi em huyền hoặc
cho trái tim rướm máu đôi lần
cho thịt da thơm rờn rợn khúc nguyệt cầm
cho em thổn thức lời than van thú tội
trên cung đàn ngọt lịm cuộc ái ân
xin cám ơn làn gió
ru khúc tình ca giữa cơn mê lộ
tiễn đưa nhau vào hoang địa trầm luân
trên mắt em còn long lanh ngấn lệ
khóc cho cuộc tình vừa tàn lụi khói nhang
linh hồn xưa không kịp quấn khăn tang
cho một cuộc tình huyền mơ diệu vợi

xin cám ơn phiến lá vừa bay ngang rất vội
mang thông điệp về cho kịp lúc chia ly
khúc tuyệt tình vang lên từ huyệt mộ
lửa âm dương ẩn hiện mắt cuồng si
là đôi mắt em rực lửa hờn ghen
đốt cháy tan hoang linh hồn nghiệt ngã
trong mộ sâu có trái tim hóa đá
đắp cô đơn say ngủ một kiếp người

Nụ cười hóa đá

Sân ga cũ…!
còn lời thì thầm của gió
khóc tiễn cuộc tình đi
khúc ly tan còn ghi trên phiến lá
rụng xuống đời thiên di
em vẫy tay từ biệt
ta chở cuộc tình đi
đường hành trình về nơi miên viễn
môi em bỗng hóa nụ hồng gai
chuyến tàu đêm nay chở tình về nơi mù khơi
túi hành trang là một nụ cười hóa đá
nụ cười miên du
cho tim vỡ máu
vết đau này chỉ dành cho riêng em

còn vết đau nào ngọt ngào hơn
khi trái tim yêu khô dần vết máu
trời chiều hoàng hôn
rụng xuống đời rực cơn lửa cháy
tiếng gọi hồn từ cõi giới yêu đương
đêm rụng xuống
vỡ tan từng giọt lệ khốn cùng
em bỗng hoá thành người tình hoang mị
giữa băng giá muôn trùng
hợp tan mấy bận
giọt lệ buồn vẫn ướt đẫm sân ga
em vẫn còn nội trú trong ta
đậm dấu ưu phiền hờn ghen nông nổi
biết bao giờ nỗi nhớ phôi pha
con tàu vẫn vô tình cuồng nộ
chở cuộc tình đi xa,,,,!

lời ru tình muộn- thơ như phong-181

Bi thương khúc

Chiều buông,
nắng mong manh tìm mây trốn ngủ
gió về trên cành ru khúc biệt ly
chiếc lá lìa cành về nơi miên viễn
mưa bụi bay rưng rứt những giọt buồn
ta vẫn độc hành giữa đời tuyệt vọng
em như trong vòng tay
sao chơi trò rượt bắt từng ngày
máu ngược về tim
từng cơn hấp hối
ta yêu em như sóng vỗ cuồng say
tìm em
ta như người hành khất
ăn mày một cuộc tình
đêm tàn thu gió mùa đông bắc
túi hành trang là nỗi buồn gói chặt
bước chân trần lạnh ngắt

giữa hồng hoang khản cổ gọi tìm nhau
trên đỉnh sầu
lạnh ngắt một niềm đau
cuối trời treo ngang vầng nguyệt khuyết
em ở nơi nào
sao nghe khúc đàn ai oán giữa đêm thâu
như tiếng lòng người sương phụ
đau lòng người lãng tử
rỉ máu bước chân hoang
đường trần gian sỏi đá
ta vẫn độc hành từng bước đoạn trường
phong kín cuộc tình ôm nỗi nhớ thương.

Lời thơ tuyệt vọng

Ừa, có lẽ Thu là mùa đẹp nhất
vàng lá bay, sương nhỏ lệ chia ly
em nghiêng tóc nghe lạnh đời sương phụ
ta phong trần bạt gió cánh thiên di

chiều nay mưa, từng giọt buồn gõ nhịp
hồn ta say như cánh lá phiêu bồng
mà đường về còn cách núi ngăn sông
ta gởi gió mang về em nỗi nhớ

tình yêu em ta mang vào nấm mộ
và phạt mình yên ngủ giấc ngàn năm
hồn đi hoang vào cõi giới satan
lửa địa ngục đốt tan đi bảy vía

đêm nay mưa từng giọt buồn ma quái
ta nằm yên tịnh khẩu dưới đáy mồ
hồn đi hoang tìm tình nhân ngơ ngác
lửa âm dương bùng cháy giữa hư vô

ta nằm yên đắp cô đơn yên ngủ
lũ dế mèn bật khóc thuở em đi
em quay lưng ta điếng hồn, mạt lộ
trời đất quay lá đổ khóc chia ly

ta bật khóc cho mắt đầy huyết lệ
em không về lũ dế khóc thâu đêm
gió thu reo hồn phách rét lạnh thêm
tình theo gió ta ôm đời tuyệt vọng.

Còn đó tình em

không phải em còn chăng là kỷ niệm
giữ được không khi dậy sóng trong tim
còn lại gì trên nồng nàn da thịt
trên vành môi còn dấu tích cuồng điên

như cơn gió em trao tình vội vã
ta bềnh bồng hồn nửa mảnh chao nghiêng
tình yêu nào như hoàng hôn nhỏ máu
ta ngồi hóa đá tưởng niệm tình em

là kỷ niệm ta mang về trân trọng
tình còn đây em nhân ảnh xa vời
trong vòng tay còn nồng hương ân ái
những ngọt ngào còn đọng lại trên môi

lời ru tình muộn- thơ như phong-186

từng giọt buồn rơi xuống vết thương đời
như giọt máu ngược về trái tim côi
em thoáng hiện rồi tan như ma quái
đêm bây giờ trắng xóa một màu tang

còn đây em ơi…! trở thành kỷ niệm
tình yêu em rất trân trọng tôn thờ
viết cho em say đắm những vần thơ
kể lại chuyện tình đôi tim chảy máu

đêm thức trắng cho nghiêng đời xa lạ
giấc mơ xưa chừ cũng đã xanh rêu
thôi em nhé…! Còn đây là kỷ niệm
ta để tang.. em nhé, suốt một đời…!

Đêm...lạnh bước chân hoang

Đêm nay buồn về nghe sao rất lạ
những giọt buồn như có dáng em về
thả bước đi hoang ngang qua cổ mộ
tiếng dế ru lên điệu hát thôi miên
ta cứ ngỡ em trong huyệt động
nên lòng đau - nên mắt ướt
khóc cho tình mình tựa cánh phù dung
đêm trắng đục một màu huyền hoặc
sao nghe lòng rực ánh lửa ma trơi
ta vươn tay vẫy em trong tuyệt vọng
bão nổi-chân trần
rỉ máu nguồn cơn
đêm…! gió ru hời chuyện tình cổ tích
thăm thẳm em…!
xa lắm cuối chân trời
khói thuốc vàng tay
nghe nhói đau vang trong lồng ngực
ngẩng nhìn trời
em đó một vì sao

hồn vỡ tan, thương tích, hư hao
lững lơ giữa trời đêm thăm thẳm
ta ngất say
giữa đường trần tuyệt vọng
đêm dương gian lạc lối bước chân về
còn đó tình em với những đam mê
những cuồng điên phong vũ
tình dậy sóng
những phong ba dã thú
ngờ vực xoáy trên môi….!
ta say… đường về…đếm từng bước đơn côi…!

lời ru tình muộn- thơ như phong-189

Còn đây lời con tim

Một chút nhớ sao lòng nghe ray rứt
mưa ngoài hiên gọi buồn về ngu ngơ
lác đác ngoài sân rơi dăm chiếc lá
thu tha hương quay quắt chuyện tình buồn

em còn đó hay qua sông đổi bến
trời nơi đây chiều lác đác mưa thu
ta thấm lạnh nên uống vài cốc rượu
hơi men đầy nên thương nhớ em thêm

đêm nay về trăng nghiêng treo nửa mảnh
ta nghe đau khuyết mất nửa cuộc tình
nên đốt thuốc vo tròn thêm nỗi nhớ
ta sao hôm chờ em ánh sao mai

lời ru tình muộn- thơ như phong-190

chưa mềm môi sao ta đã vội say
còn gọi tên em về trên mộng mị
nụ hôn nào xưa ấm môi tri kỷ
aí ân cũng vừa rạo rực tình xuân

mưa gõ nhịp cho sóng tình cuồng vội
điệu nhạc ru tình chưa ấm bàn tay
sao trái tim thốt lên lời trăn trối
ta bàng hoàng thương chiếc lá vàng bay

đêm nay thu về ru cơn gió lạnh
vạt tóc phong trần cũng thấm hơi sương
ta tương tư em ngồi vo khói thuốc
mà nghe tiếng lòng gọi những yêu đương

lời ru tình muộn- thơ như phong-191

Chao nghiêng bóng lẻ bên đời

Vàng nắng chiều thu chao nghiêng bóng lẻ
em về đâu ta đợi ngẩn ngơ sầu
vàng cánh lá đong đưa lời từ biệt
hoàng hôn rơi lành lạnh hạt mưa ngâu

tình theo gió ru hồn ta chết lịm
lãng đãng về còn đó một cơn mê
đêm xuống lạnh ta ru ta huyễn hoặc
khói thuốc vo tròn vẽ bóng hình em

và trong vườn một cánh hoa vừa nở
con ong về hút mật rất đam mê
ta chợt nhớ bờ môi em rực rỡ
ái ân xưa say đắm chợt quay về

lời ru tình muộn- thơ như phong-192

vòng tay ấm trên nồng nàn da thịt
em quay cuồng theo vũ khúc Tango
đêm trối trăng trên bàn tay oan nghiệt
rượu mềm môi cho ngoan giấc mộng hiền

đêm nay buồn chín rục hồn lãng tử
thấy em ngồi hóa đá bên kia sông
chung một vầng trăng hai đầu thương nhớ
ta gục say cho hồn phách đi hoang

sương xuống lạnh và cánh hoa vẫn đợi
con ong về khơi dậy cuộc ái ân
ta tương tư em cuộc tình đã lỡ
ngồi giữa nhân gian truy điệu bao lần.

lời ru tình muộn- thơ như phong-193

Còn đó một tình yêu

Ta vẫn mãi níu tình yêu em đó
mãi đong đưa trên những nhánh tình buồn
em cứ mãi giận hờn như cơn gió
cuốn tình đi mỗi ngày một xa hơn

chiếc bóng chao nghiêng xuống đời vật vã
bên kia song một chiếc lá vừa rơi
em vẫn mãi đi về như cơn gió
buốt hồn ta lạnh ngắt một góc đời

đêm qua buồn nên ta say tức tưởi
và trong mơ ta mộng thấy em về
dáng em gầy còn đó những đam mê
nét kiêu sa vẫn hằn lên môi mắt

ta nghe đau cuộc tình vừa rượt bắt
như phiến lá vàng theo gió trôi xa
dư âm xưa còn đó một bài ca
phải không em bài tình ca chưa dứt

những ái ân xưa còn nghe rưng rức
của hôm nào ấm chặt một vòng tay
thịt da thơm và môi mắt cuồng say
em vẫn mãi làm hồn ta chết lịm

thu đã về và hoàng hôn mây tím
bước phong trần còn mãi dấu đơn côi
ta nhớ em thuở ấy một bờ môi
còn ray rứt mảnh hồn người lãng khách…!

lời ru tình muộn- thơ như phong-195

Bảo ngọc thương khúc

Hôm nay con chào đời, Mẹ Cha vui biết bao.
Con như hoa hồng, đào, điểm thêm đời sắc thắm.
Mong cho con từng ngày, từng ngày con lớn mau
Bao yêu thương hy vọng ngập tràn trong tim này.
- Mẹ từng đêm thao thức trông giấc ngủ con thơ.
Mãi nhìn con trong mơ hé trên môi nụ cười
Bao gian nan qua rồi nào con đâu có hay
Nay con trong tay mẹ, niềm vui dâng tràn đầy.
- Và tình Cha yêu mến luôn ấp ủ trong tim,
Lòng thầm mong con yêu lớn thêm lên từng ngày.
Khi tan ca Cha về, nhìn con thơ dấu yêu,
Trông con ngoan con hiền, lòng vơi bao ưu phiền.
- Một mai con khôn lớn, đi xây đắp tương lai
Nhớ mẹ cha luôn luôn dõi trông con từng ngày.
Mai kia con nên người, nhìn lại khi ấu thơ ,
Bao yêu thương cha mẹ dành cho con một đời...

@Nhạc sĩ Vũ Phong, viết từ NewYork
Thương tặng cháu: Ryley Bảo Ngọc Nguyễn

lời ru tình muộn- thơ như phong-196

Hoa ơi! và tình ơi...!

Một cánh hoa ngát hương
như môi em chờ đợi
con ong chở nắng về
dừng lại trên môi ngoan

bờ môi thơm mật ngọt
ngạt ngào hương yêu đương
con ong về hút mật
đam mê và điên cuồng

nắng lên hồng cánh mỏng
gió về hoa lung linh
hạt sương còn ướt đẫm
như con gái nguyên trinh

hoa thẹn thùng e- ấp
ong rạo rực tình chung
những đam mê cuồng vội
trao nhau cuộc tình nồng

đường trần gian vời vợi
mai hoa tàn rụng rơi
ong về tương tư đợi
hoa ơi, và tình ơi…!

Còn đó những đam mê

Nơi ta ở mùa thu về trên lá
nắng lụa vàng rơi từng giọt lung linh
bước lang thang em nhé vẫn một mình
heo may gió ta nghe lòng thấm lạnh

lãng đãng mây trôi trời chiều hiu quạnh
nhớ thương em ta thả bước độc hành
đêm rụng xuống đường về còn xa lắc
mà tình em ta vẫn cõng đi quanh

thu lại đến thêm một mùa thương nhớ
ngồi im nghe từng phiến lá rơi buồn
em vẫn thế mãi giận hờn như sóng
nên tình mình như gió rất mong manh

ta vẫn thế vẫn yêu em đắm đuối
như trăng thu soi sáng xuống mặt hồ
vẫn yêu em si tình như cơn gió
chở em về riêng góc phố đam mê

lời ru tình muộn- thơ như phong-199

đường ta đi đất trời vừa trải lụa
vàng lối đi lên cao ngất mộng mơ
ta sẽ đưa em về nơi cung khuyết
ái ân nồng nàn cho đẹp vần thơ

đường ta đi còn phong trần ngập lối
tình yêu em sưởi ấm mảnh hồn hoang
dẫu phong vân có lạnh lòng lãng khách
vẫn mơ về chốn cũ cuối trời xa.

lời ru tình muộn- thơ như phong-200

Đoạn trường khúc

Tàn thu
phiến lá rơi sầu
mong manh vạt nắng
nhạt màu thời gian
đường về còn quá xa xăm
quê hương…!
lối cũ…!
đường trăng…!
ngậm ngùi…!!!
cánh chim bạt gió ngàn khơi
đông tàn thu chết
khóc lời trối trăng
ngồi trông cố quận xa xăm
hoài hương hòa lệ
trăm năm mộng sầu
đường về sương rụng
mưa ngâu
tình em say khướt
hai đầu nhớ thương
gục đầu nhỏ lệ tha hương
mà nghe đau khúc
đoạn trường biệt ly.

lời ru tình muộn- thơ như phong-201

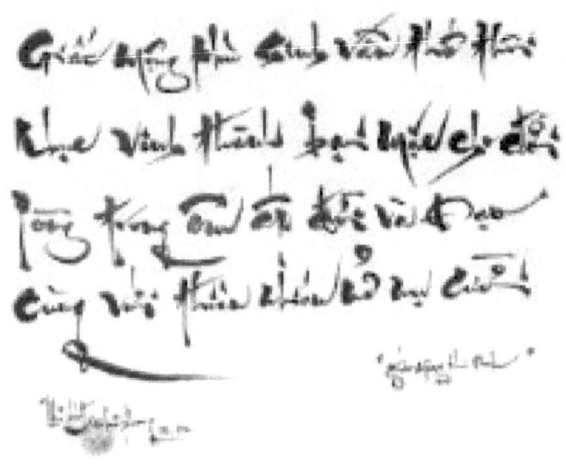

Nhìn đời như một cánh hoa

Vòng sinh tử, tử sinh là thế
trăm năm đời như một kiếp hoa
vô chấp, vô ưu, phi không sắc
an nhiên tự tại mới thượng thừa

mai sẽ rời xa vòng tục lụy
như cánh hoa kia rụng xuống đời
ta sẽ rong chơi như cát bụi
lãng đãng như mây giữa lưng trời

lời ru tình muộn- thơ như phong-202

em nhé! hãy như loài hoa nhé
cho tình yêu ngào ngạt sắc hương
khi trái tim em nghe hạnh phúc
sẽ nở tươi một đóa vô thường

là sẽ cho đi mà không nhận…!
là huyền không giữa những tham sân
ta yêu em như loài hoa quý
nở cho đời tươi giữa hồng trần

sớm nở tối tàn hoa vẫn đẹp
không tranh, không chấp sống vô ưu
hoa nở cho đời thêm hương sắc
cho ta, cho em, cho tình yêu

xin hãy là hoa nở trong tim
xin cho đời tan hết muộn phiền
như cánh hoa cười trong nắng sớm
và đẹp như tình ta yêu em

Từ cánh hoa Begonia

Nôn xao tình về

Em về như gió
bất chợt tình xôn xao
những ái ân như sóng cuộn dâng trào
cho vỡ tan hồn phách
cho yêu đương dồn dập cuồng điên
vầng trăng đêm nay cũng ngoan hiền
khóm lá nằm yên nghe lời tình tự
thì thầm chuyện yêu đương
ta nắm tay em
đi hái một vầng trăng
cài lên tóc em làm vương miện
tình lên ngôi
nụ hôn hâm nóng bờ môi
ta phiêu du
trên đỉnh đời hạnh phúc
ly rượu hoàng hoa
khơi dậy cuộc ái ân
sóng tình vỗ nhịp thì thầm
trên hoang vu da thịt
em là những đam mê oan nghiệt

khúc nghê thường nhảy nhót bước đam mê
đêm ma quái về ru tình mộng mị
bờ môi em….!
bàn tay ta…!
khúc nhạc ru êm mộng thật thà
đừng nói gì em
hãy nằm yên nghe lời hờn ghen của gió
vũ trụ nầy là thế giới riêng ta
vườn tình vừa nở một cánh hoa
ngạt ngào hương ân ái….!

lời ru tình muộn- thơ như phong-205

Em vừa rẽ lối ngõ hoa

Ngơ ngẩn nhìn em qua ngõ hoa
Bỗng nghe hoa rụng xuống lao xao
em vừa khuất bóng sau giậu trúc
ta chợt bàng hoàng xót xa đau

ta vụt mất em khỏi tầm tay
em về phía ấy lệ đong đầy
ta quay lưng lại cay tròng mắt
em hỡi em… đau… nghe rất đau

mặt trời chiều nay trốn trong mây
ta nghe hồn rụng xuống thật đầy
từng hạt mưa buồn rơi tan vỡ
em về phía ấy ta ngất ngây

gió cũng mang về những xót xa
một phiến buồn rơi vỡ ngọc ngà
tình chợt mong manh như phiến lá
vỡ òa rụng xuống trái tim ta

lời ru tình muộn- thơ như phong-206

khúc nhạc ái ân còn dang dở
bán dạ trăng nghiêng lạnh lối về
rượu chợt mềm môi da thịt lạnh
vết buồn nào ứa máu trên môi

ừa, em tình vỡ buồn như đá
em vừa rẽ lối ta khuất nhau
bàn tay thuở ấy chừ xa lạ
máu vỡ trong tim lạnh buốt đau.

Bất chợt ...vỡ tan

Cuộc tình xoay trong từng cơn lốc vỡ
Nhan sắc chìm ẩn hiện bao dung
Ta tha thứ hiểu người như ác mộng
kiêu hảnh trong ta nhân ái muôn trùng
  HST

xin hãy gọi tình về trong mộng
xin bình an về ngự trên môi
cho bao dung nở tươi như nắng
con lốc nào làm tan nát mùa xuân

người đã cho ta niềm kiêu hãnh
sao nghe đời sóng gió buồn tênh
như đông phong lạnh buốt ánh trăng đêm
cho lạnh buốt đường về nghiêng ngả

rượu đã cạn sao hồn còn lạnh giá
đêm tàn canh sao mắt vẫn ráo hoanh
khói thuốc vo tròn rảo bước đi quanh
ta thức trắng chờ người về gõ cửa

lời ru tình muộn- thơ như phong-208

hãy là gió ru đời ta tức tưởi
hãy là mây lãng đãng bước chân đời
hãy là hoa nở trên môi muôn thuở
hãy lụa là tình ái ở trên ngôi

nếu không thể xin trả người tất cả
ta trở về vạn tuế cuộc tình si
ái ân kia ta trả người mang đi
mà kiêu hãnh một thời ta nhân ái

lời ru tình muộn- thơ như phong-209

Đừng nói gì

Và nỗi đau
thấm sâu vào máu thịt
từ những giận hờn đêm qua
em lệ vỡ trên vai đời nóng bỏng
ta xót xa lòng
trong đau xót lặng câm
lời ái ân chưa tròn
trên môi em chờ đợi
rượu còn đầy trên những đam mê
khúc nhạc tình lãng mạn
ray rứt suốt đường về
đừng nói gì
hãy nghe tiếng lòng em mời gọi
cám ơn em
cho thơ ta nhỏ lệ
cám ơn em
cho ta ngọt lịm vết thương lòng
đừng nói gì
hãy lắng nghe tiếng nói con tim
tiếng nói từ thuở ban đầu
em cho ta bờ môi ngọt lịm

đường trần gian đêm nay dài vô tận
chỉ còn ta cô đơn đếm bước độc hành
trăng đêm nay
cũng lạnh lùng vỡ tan rơi từng mảnh
đừng nói gì
hãy cùng ta say khướt để quên đời
say đi em
cho lệ vỡ trên môi
cho khổ đau thấm tan vào huyết mạch
khóc đi em….!

lời ru tình muộn- thơ như phong-211

Như cơn lốc vỡ

Đường phía trước đất trời đang bão nổi
đường ta đi còn dài lắm chông gai
giữa hồng hoang đêm về mưa gió tới
ta mong em giấc ngủ được ngoan say

nghe như lòng em đang cơn bão nổi
còn sân si hãy niệm một lần kinh
hảy thành tâm lòng sẽ được an bình
bởi giận hờn là niềm đau vô tận

ta đang đi trên đường đời ngàn dặm
làm sao về sưởi ấm được tình em
đừng nha em làm dậy sóng hờn ghen
như cơn bão khi đất trời cuồng nộ

lời ru tình muộn- thơ như phong

hãy bình an như hoàng hôn lãng mạn
như tình em huyền hoặc trái tim ta
như hơi men quyện âm hưởng Mozart
cho ta say trên bờ môi em mộng

đừng hờn ghen mà biển đời sóng dậy
ta sẽ buồn em như những trang kinh
sẽ rong rêu về nằm nghe hóa đá
tụng khúc kinh buồn truy điệu cuộc tình ....!

lời ru tình muộn- thơ như phong-213

Trên đỉnh chờ mong

Đêm nay nguyệt lạnh mơ màng
treo ngang đỉnh núi giữa ngàn giá băng
lãng du nghe gió ru trăng
ru ta từng bước nhọc nhằn đơn côi

em còn đó lạnh bờ môi
ta còn nghiêng bước chân đời xa xăm
vầng trăng treo đỉnh chờ mong
hồn ta lạnh buốt từ trăm năm buồn...!

cô đơn theo mảnh trăng suông
tay ôm nửa mảnh tình buồn đi quanh
đường về cách một vầng trăng
còn xa xôi lắm sông ngăn đôi bờ

còn đây hồn đá chơ vơ
trăng treo đỉnh gió lạnh trơ thân gầy
với tay vạch một làn mây
leo lên đỉnh gió mỉm cười với trăng

nửa đời mưa gió độc hành
mà em vẫn mãi xa xăm cuối trời
đêm say trên đỉnh trăng rơi
ôm tình nghe ấm lại đời lãng du.

.

Bất chợt... rơi...!

Bất chợt
cánh lá rơi
giữa trần gian lạnh ngắt
hồn lá
ngậm ngùi đau
biệt ly
rụng xuống vũng sầu
tử sinh
sinh tử
sẽ về đâu
có ai hiểu được hồn của lá
tan vào cát bụi
để lại thế gian những phiến sầu
....
vô ưu
hồn lá về đâu.....!

Cánh vô ưu

Còn đây
giữa cõi hoang sơ
cánh vô ưu nở
cho đời ngát hương

cho em
điểm lại nụ cười
từ lâu đã tắt
giữa đời xôn xao

vườn xuân
ong bướm ra vào
em
trang điểm lại
nét ngài nụ xuân

cho ta
mộng
giấc liêu trai
giữa đêm nguyệt lộng
trang đài dáng em.

Trở về từ cõi chiêm bao

Trở về từ cõi chiêm bao
từ hoang vu ấy tình nào ly tan
vẫn ta đi giữa nhân gian
vẫn em xa lắc miên man cuối trời

ta đi lên tận đỉnh đời
nơi đây còn có gió buồn ru trăng
còn ta với nỗi buồn giăng
em trong đáy cốc trói trăng giận hờn

ngồi nghe từng phiến buồn rơi
từ trên đỉnh gió khóc người trăm năm
hỏi rằng đi giữa nhân gian
còn người lãng tử thấm đòn như ta

ngẩng nhìn nguyệt lạnh xế tà
vai mang một túi buồn đi phong trần
muốn say quên hết nợ nần
ta điên đi giữa vô ngần khổ đau

ngửa tay đón lấy hạt sầu
đem gieo vào mảnh nát nhầu trái tim
quay về niệm mấy lần kinh
thành tâm thờ phượng cuộc tình riêng ta

bởi ta tu hạnh đầu đà
nên còn bầu rượu đong đầy trên vai
một mình lên núi uống say
ngồi nghe nhân thế khởi lòng sân si….!

lời ru tình muộn- thơ như phong-219

Em ru ta giấc cô miên

Hôm qua ru em say nồng giấc ngủ
ta chúc cho em giấc mộng ngoan hiền
nay em ru ta một giấc thôi miên
nửa tình nửa say giữa đời mưa gió

ta thấm nỗi đau trong cơn bão tố
như cội thông già hứng gió đông phong
lạnh một nhát dao xuyên tâm ngọt lịm
vừa đi vừa chết khóc tình trăm năm

hôm qua ngồi nhìn môi em chín mộng
nắng về gởi nụ hôn nồng lên môi
ta nghe tiếng lòng giữa khuya rạo rực
và thịt da em đưa tình lên ngôi

lời ru tình muộn- thơ như phong-220

hôm nay nằm nghe lời buồn của lá
nghe khúc biệt ly mưa rũ ngoài hiên
tình vừa hồi sinh vội vàng lịm chết
ta bỗng nghe hồn hóa đá cô miên

còn lại dư âm rơi trên sỏi đá
tàn đêm trăng lạnh gõ bước loanh quanh
khói thuốc vo tròn khói đời cay mắt
ta khóc đời ta hay khóc tình em…!

Say đi kiêu ngạo với đời

Lão Lý si tình ôm trăng mà chết
ta say tình chết giữa nhân gian
lão Hàn điên mời trăng uống rượu
ta điên tình cười ngạo thiên đàng

mai ta lên đỉnh đời chót vót
uống cho say rồi khóc như điên
đánh thức dậy lão Hàn lão Lý
uống say đi ta sẽ làm thơ

đập bỏ đi nào lầu Hoàng Hạc
đội mồ lên lão Lý ngu si
ta cứ tưởng trên đời đẹp nhất
là tình điên như lão Lý, Hàn

ta cứ tưởng say là quên hết
nào ngờ say lại càng nhớ thêm
lão ý già gạt ta nói phét
hay ghen tài thơ chẳng bằng ta

có quái gì mà ôm trăng chết
điên mới đi rao bán trăng chơi
ta lên núi mời trăng uống rượu
đời có gì bằng rượu với thơ

ta sẽ viết tặng nàng mấy khúc
nếu nhớ nàng ta sẽ khóc to
ta ngu gì ôm trăng mà chết
cũng chẳng điên đi rao bán trăng

ta sẽ mãi người si tình nhất
túi thơ, bầu rượu ngạo với đời.

Tuyệt tình khúc

Thỏng tay đi giữa cuộc đời
rượu thơ một gánh ngạo người nhân gian
khóc tình em đêm nguyệt tàn
ngẩng đầu cười ngất cho màn đêm say

tình nhân hỡi, tình nhân này
trái tim ta đã ăn mày tình em
cuộc tình mới chớm lên men
mà nghe như đã muộn phiền trăm năm

đỉnh đời treo mảnh tình oan
ta đi góp nhặt lo toan đem về
xây thành một khối si mê
chia em một nửa, nửa quàng lên vai

đêm nay trăng vỡ làm hai
nửa rơi đỉnh gió nửa trôi ngân hà
ta ngồi say ngất cười khà
mà nghe đời bạc tựa làn phù vân

bỗng nghe khoái thú phong vân
độc hành say giữa tuyệt trần nhân gian
gió ru trăng khúc cầu hoàng
ta say hát khúc nhân gian tuyệt tình

lời ru tình muộn- thơ như phong-225

Mãi là một khối tình si

Man man nguyệt lạnh trên đầu
Phong trần lãng khách đêm sâu độc hành
hồn còn nặng trĩu tình nàng
đường về cố quận bạt ngàn gió mưa

ngẩng đầu nhìn vạt sao thưa
cô đơn bước giữa đêm khuya dật dờ
lâng lâng say ngạo đất trời
ta cười điên dại cho đời bớt đau

hai đầu ngồi ngóng trông nhau
tương tư hai mảnh hồn đau dại khờ
đem tình gởi trọn vào thơ
thương đau kết lại thành thơ tuyệt vời

con tim rỉ máu em ơi!
nhát đao chí tử tình vừa chết tươi
ta còn giữ lại nụ cười
đem vào mộ huyệt khóc người tình si

hỡi tình "là cái chi chi"
mà người kim cổ điên say vì tình
ta người xác tục mắt phàm
và em ma quái bắt hồn ngu ngơ

trong tim ta có ngăn thờ
trăm năm ta mãi còn thờ phượng em
dù cho đi giữa thác ghềnh
dù ta chết giữa chông chênh cuộc đời
tình này si mãi em ơi!

Đêm hoang vu

Em về lay động giấc chiêm bao
ru ta cơn mộng những ngọt ngào
trên hoang vu nồng nàn da thịt
trên suối nguồn em những khát khao

em đã về đây đêm hoang vu
mang vầng trăng ủ giấc liêu trai
xiêm y huyền hoặc cơn mộng mị
ta thất tình rồi nên chuốc say

rượu đã mềm môi đêm đã sâu
tình em rạo rực trái tim sầu
ta thả mộng về nơi chốn cũ
một nụ hôn nồng trên môi em

lời ru tình muộn- thơ như phong-228

trằn trọc đêm nay một nỗi buồn
ta khách độc hành trong gió sương
tình em như nắng trời xuân ấm
ta nghe ngọt ngào những yêu thương

mai ta dừng bước chân lãng tử
giũ bụi phong trần quy cố hương
sưởi ấm tình em bằng ánh lửa
hạnh phúc về trên đỉnh yêu đương

Buồn treo đỉnh gió

Viết cho NA

Trên đỉnh gió ngồi nghe gió hát
bài tình ca thổn thức tiếng lòng em
lời ca nghe như lòng người cô phụ
như tương tư, trăn trở thâu đêm

trên đỉnh gió treo ngang vầng nguyệt lạnh
như đời ta đang treo ngược đỉnh trời
cánh nhạn về ngang qua khàn tiếng gọi
bỗng nghe hồn nhập mộng bóng giai nhân

ta ngồi đây nghe lòng đau cố quận
thương em còn lạnh gối bấy đông sầu
rượu cô đơn không ấm lòng lãng tử
trên đỉnh đời nghe buốt ngọn đông phong

trên đỉnh gió rã rời chân lữ khách
đường còn xa tóc đã nhuộm phong trần
cố hương kia thương em còn chờ đợi
đêm tàn canh bóng nhạn khuất phong vân

trên đỉnh gió ngồi nghe hồn ngây ngất
có tình em sưởi ấm mảnh hồn hoang
mai ta sẽ về bên vườn trăng mộng
trả lại em bao tháng nhớ ngày mong

hoa sẽ nở những nụ tình đẹp nhất
rượu sẽ nồng cho thắm bờ môi ngoan
tình sẽ bay cao riêng cõi thiên đường
đêm nay nàng là Ái Phi diễm tuyệt.

Buồn như tháng bảy mưa ngâu

Như đã yêu em thuở tóc mơ
nên còn ray rứt mấy vần thơ
từ buổi phong trần làm lãng khách
tình em vẫn mãi về trong mơ

bởi ta lãng nhân ngoài sa mạc
nên chốn phòng loan em đợi chờ
đêm nay ta say ngoài ngàn dặm
nhân ảnh em về trong giấc mơ

ngẩng nhìn trăng khuyết treo nửa mảnh
như mảnh tình ta khuyết bóng em
hai bờ đông tây buồn hai nửa
hai trái tim buồn tương tư nhau

lời ru tình muộn- thơ như phong-232

ta sẽ tìm em giữa ngàn sao
cho vơi nỗi nhớ mộng xanh xao
như vua Setty tìm thánh nữ
ba ngàn năm tình vẫn dạt dào

đã bảo trên đời tình đẹp nhất
khi trái tim đồng nhịp nghe đau
nên chuyện tình ngưu lang chức nữ
đã mang về tháng bảy mưa ngâu

tình mình mai kia như cổ tích
em có buồn không đêm cô đơn
ta vẫn yêu em ngoài ngàn dặm
mong mai về sưởi ấm lòng nhau.

Còn đó Nguyên An

Rượu cạn hồn say đêm nguyệt tận
khách lãng du dạo bước phong trần
hành trang là nỗi buồn vạn cổ
cố hương ơi! nhớ lắm tình nàng

lãng khách độc hành ngoài vạn dặm
mà hồn gởi đến tận Nguyên An
đêm nay trăn trở lòng cô phụ
xin gởi đến nàng nửa vầng trăng

ngoan nhé! trên bờ môi lộng nguyệt
mộng nở an bình một nụ hôn
lãng khách tìm em trong diễm tuyệt
mang đóa hoa hạnh phúc tặng nàng

lãng khách độc hành đêm nguyệt tận
mang trên vai mối tình Nguyên An
nghe những xôn xao đời, thấm lạnh
mà đường về lội suối băng ngàn

lãng đãng đâu đây lời tình tự
của người cô phụ giữa vườn trăng
ngóng đợi tình lang ngoài ngàn dặm
quay về sưởi ấm tình Nguyên An

mai về sưởi ấm tình Nguyên An
lãng khách nghe vui rộn cõi lòng
từ giã phong trần về chốn cũ
với bầu thơ túi rượu thong dong.

Như đã tương tư

Đêm nay vầng trăng nghiêng rất lạ
huyền hoặc đàn ai nghe xót xa
sao nghe như tiếng lòng cô phụ
nhắn gởi tình lang quá sơn hà

nàng hỡi! ta người trong gió mưa
phong trần phủ tóc nửa đời qua
tình nàng phong kín còn nguyên đó
mai sẽ mang về thỏa lòng chưa

nàng còn chiết bóng chốn phòng loan
vằng vặc canh thâu lắm đoạn trường
cô đơn về treo vầng lãnh nguyệt
canh tàn réo rắt gởi cung thương

ta còn sương gió ngoài ngàn dặm
đi giữa hoang vu thấm nhọc nhằn
đêm nay trăng khuyết hồn nghe lạnh
nằm nghe tương tư chốn hương phòng

bao giờ cho hết phong vân nhỉ
cho chốn phòng loan hết nỉ non
cho ta dừng bước chân lãng tử
quay về sưởi ấm lại tình nàng.

Cảm tưởng tư

Bài họa

Thẹn lòng tiếng nhạc giữa canh thâu
để khách đường xa dạ bỗng sầu
bởi ngắm trăng buồn lòng man mác
gảy khúc tương cầm, vơi niềm đau...

.

ngoài trời giá lạnh đường còn xa
mời khách dừng chân cạn chung trà
nơi đây u tịch miền hoang vắng
chẳng có trà thơm, chỉ hương hoa

.

lãng tử phong trần với gió sương
trái tim sỏi đá muôn dặm trường
sao lòng thương cảm Tương Tư khúc...?
để dạ bồi hồi, lòng vấn vương.

.

phận Thiếp long đong lắm bẽ bàng
trời xanh chẳng xót kiếp hồng nhan
nơi miền cô tịch, sầu lẽ bóng
nào dám mơ đâu mộng đá vàng

thiếp mang thân phận loài hoa dại
đâu dám sánh cùng Cúc, Hồng, Lan...
đa tạ ân tình Người Quân Tử
xin dạ khắc ghi tấm lòng Chàng.
.
rồi đây muôn dặm nẻo sơn khê
chẳng biết ngày nao đón chàng về
mong đợi tương phùng thôi xa cách
cho hết ngày dài, đêm tái tê
Nguyên An

Về nơi ngàn trùng

Rửa tay đếm hết tuổi đời
ngửa tay hứng giọt trăng rơi cuối mùa
xót xa chi chuyện được thua
trăm năm như chiếc lá vừa vụt bay

thong dong giữa cuộc đời này
tử sinh rồi cũng luân hồi tử sinh
đêm qua cơn gió trở mình
sao nghe có chút lạnh lùng heo may

ngoài sân dăm chiếc lá bay
khi vô thường đến vẫy tay lìa cành
lay hoay chi lợi với danh
mai vào cát bụi mới thanh thản đời

duyên trần tục lụy trả người
sân si xin trả lại người sân si
thôi em! giữa chốn huyền vi
hợp tan là đạo thịnh suy đất trời

lời kinh còn đọng trên môi
ngàn năm rồi cũng về nơi ngàn trùng
đêm qua chiếc lá cuối cùng
cũng vừa rụng xuống theo làn gió bay…!

Mãi mãi là tình yêu

Tình em mãi chỉ là chiếc lá
Mùa thu về theo gió... lá bay xa
Bên khung cửa còn vương hương ân ái
Tình yêu ơi... Tình đến thật êm đềm

Đêm trở lạnh anh về thêm huyền hoặc
Thịt da nào sưởi ấm trái tim em
Bao kỷ niệm êm đềm trong tiềm thức
Trong phút chốc bỗng sống lại quay về

Em chỉ muốn ở bên người mãi mãi
Tình yêu này em dành trọn riêng anh
Thu đến rồi, mùa thu đang trở lại
Tình yêu mình cũng vừa chợt lên ngôi

lời ru tình muộn- thơ như phong-242

Em nghe tim đang loạn nhịp bồi hồi
YÊU ... Anh nhé như ngày nào hai đứa...
mùa thu đến tình yêu mình vội vã
hai con tim chung nhịp đập liên hồi

bước độc hành nay đã hết đơn côi
em sẽ sánh bước bên anh mãi mãi
tình yêu ấy không bao giờ dừng lại
bởi chúng mình đã dành trọn cho nhau

ôi tình yêu...! là phép tính nhiệm mầu
tô thắm cả một khung trời ân ái
ngày xưa ấy và bây giờ mãi mãi
trọn cuộc đời tình vẫn mãi lên ngôi

dù ngăn sông cách núi gió mưa đời
thì anh nhé hãy cùng em sánh bước

Quỳnh Chi

Biệt nhân gian khúc

(Tặng ta một tâm khúc buồn)

vẫn mãi là nỗi buồn vạn cổ
vẫn mong manh như giọt sương rơi
và đau như nhát đao thế kỷ
nghe ngọt ngào trái tim vỡ đôi

đi giữa nhân gian là phải thế
hợp tan mãi là khúc vô thường
sân si là niềm đau vô tận
đã ngộ sao còn dạo tình trường

ta đâu phải là người xuất thế
chỉ là tên khờ dạo nhân gian
thích làm thơ và say túy lúy
thích độc hành dạo bước cô đơn

đôi khi buồn cũng là cái thú
ngồi nghe từng mảnh tình vỡ tan
nên ta hiểu niềm đau của đá
ngàn năm nằm ru giấc cô miên

thế nhân ai hiểu được tình đau
chỉ một mình ta với đỉnh sầu
uống cho say khướt mai có chết
còn có vầng trăng biết ta đau.

Mục Lục

Lan Cao /5
Yên sơn/10
Như Phong/16
Một cuộc rong chơi/17
Nợ em một cuộc ái ân/23
Nhân tình khúc/25
Nỗi buồn giêng hai/27
Chân lãng du/29
Tiếng sóng vỗ/31
Giấc mộng ru em/33
Ru hồn tuổi đá/35
Bước chân trầm tích/37
Nỗi buồn đi qua/39
Niệm khúc buồn/41
Ngủ ngoan đi em/43
Ru em một khúc tình si/45
Em về xanh màu mắt/47
Đi tìm phật/49
Đời bỗng xanh rêu/50
Đêm nguyệt mộng /52
Lãng đãng phù vân/54
Ru em lời tình muộn/56
Ngàn năm lệ đá/58
Vô thường khúc/60
Nắng hạ hồng/62
Đưa em đi hái mặt trời/64
Vết tình xanh xao/66
Cuộc đời không chờ ai/68
Được mất như không/70
Em mãi mãi là linh hồn/72
Cõi đi về ta có nhau/74
Tâm khúc/76
Đời còn tươi ánh nắng/78
Rồi muộn phiền sẽ qua/80
Tình khúc cho riêng em/82
Tình hoa nở muộn/84
Ru em một khúc ái ân/86
Em không về/88
Chân dung em/90
Vạt nắng đi hoang/92
Từ cõi không tên /94
Nỗi buồn của đá/96
Xin cảm ơn tình yêu/98
Tình khúc buồn cho em/100

Ánh nến tình yêu/102
Mưa đầu xuân/104
Nỗi buồn cổ tích/106
Bỗng xuân/108
Thương em tóc bay/109
Em đìu gom giọt nắng/111
Giữa chốn hồng hoang/113
Đêm hoài niệm/115
Bởi vì em ta làm kẻ tình si/117
Nhớ nắng sân trường/119
Phố chiều nay/121
Ngậm ngùi ngồi giữa sông trăng/123
Cõi mơ hồ/125
Ngôn ngữ tình yêu/127
Đêm nghe hồn đi hoang/129
Đêm ru hồn pha phôi/131
Kinh tình yêu/133
Mưa buồn/135
Đêm thầm gọi tên nhau /137

Một ngày ta bên em/139
Nếu mai ta xa em/141
Sao tình vội chia ly/143
Tên em mùa ly biệt/145
Còn gì cho nhau/146
Trên đỉnh cô đơn/148
Đêm rượt bắt/150
Dấu ấn tình yêu/152
Trên đỉnh sầu đauy/154
Ngàn trùng tìm nhau/156
Lời hát trong đêm/158
Lời kinh khổ/160
Cám ơn em tình nhân/162
Khi vần thơ khóc/164
Mộng thực đôi bờ/166
Cuộc tình phiêu lưu/168
Khóc mùa trăng vỡ/170
Yêu thầm/172
Lời thơ ngắn lệ/174
Phía ấy một giấc mơ/176
Như cơn mê/178
Nụ cười hóa đá/180
Bi thương khúc/182
Lời thơ tuyệt vọng/184
Còn đón tình em/186

lời ru tình muộn- thơ như phong-247

Đêm…lạnh bước chân/188
Còn đây lời con tim/190
Chao nghiêng bóng lẻ/192
Còn đó một tình yêu/194
Bào ngọc thương khúc/196
Hoa ơi và tình ơi/197
Còn đó những đam mê/199
Đoạn trường khúc/201
Xin đời như một cánh hoa/202
Xôn xao tình về/204
Em vừa rẽ lối ngõ hoa/206
Bất chợt vỡ tan//208
Đừng nói gì/210
Như cơn lốc vỡ/212
Trên đỉnh chờ mong/214
Bất chợt rơi/216
Cánh vô ưu/217
Trở về từ cõi chiêm bao/218
Em ru ta giấc cô miên/220
Say đi kiêu ngạo với đời/222
Tuyệt tình khúc/224
Mãi là một khối tình si/226
Đêm hoang vu/228
Buồn treo đỉnh gió/230
Buồn như tháng bảy/232
Còn đó nguyên an/234
Như đã tương tư/236
Cảm tương tu/238
Về nơi ngàn trùng/240
Mãi mãi là tình yêu/242
Biệt nhân gian khúc/244
Mục lục/246
Tiểu sử/249

lời ru tình muộn- thơ như phong-248

Như Phong

*Bút hiệu khác; Bảo Minh,
Làn Việt Kiếm, (Thơ)
Thư Pháp: Nguyên Phong
Có thơ văn đăng trên các báo :
Ngày Mới, Paris, Pháp Quốc
Bút Tre, Arizona, Hoa kỳ,*

Tin Văn, Trầm Hương
và một số trang Web
Phụ trách trang thơ cho Á Châu thời Báo, Dallas từ 2007
Nhận giải thi THƠ 2008, do Cụm Hoa Tình Yêu
và Bút Tre Magazin tổ chức
Hôi viên Diễn Đàn Văn Học Trầm Hương từ 2001
Hội viên Cụm Hoa Tình Yêu từ 2005
Hội viên Văn đàn Đồng Tâm từ 2007
Hội viên Trung Tâm Văn Bút Nam Hoa kỳ từ 2011
Hội viên Tình Nghệ Sĩ từ 2012

Đã xuất bản:
LẠC NGUỒN (Thơ và thư pháp) 2005
DẤU CHÂN DU TỬ (Thơ) 2013
Theo Dấu Tình Nhân CD (2014)
Cuồng Ca CD (2015)

LỜI RU TÌNH MUỘN
Thơ Như Phong

Nguồn Hình bìa và minh họa :
Thư pháp Như Phong và Pinteres
Ng.h.trình bày

VĂN VIỆT ẤN HÀNH 2025
@Tác giả giữ bản quyền
Liên lạc Phụng Nguyễn :
214-682-0520
 Email: frankthuhoa@yahoo.com

Ấn phí 20 Mỹ kim

www.ingramcontent.com/pod-product-compliance
Lightning Source LLC
LaVergne TN
LVHW041700060526
838201LV00043B/509